한 번에 끌!

OPI
베트남어

IL부터 IH까지 합격 노하우!

- -

1. 빈출 주제별 다양한 질문 유형 수록

2. 빈출 주제별 회화문 활용법

3. 꼬리물기를 통한 돌발 질문에 대한 모범 답변 수록

4. **Role Play** 준비하기

1. 빈출 주제별 다양한 질문 유형 수록

Q "답변은 커녕 시험관의 질문조차 귀에 들어오지 않아요."

A 그래서 준비했습니다!
주제별 다양한 질문들을 원어민 발음으로 녹음된 MP3로 반복해서 들으며 귀에 익힐 수 있도록 주제별로 질문 유형을 다양하게 수록해 놓았습니다.

2. 빈출 주제별 회화문 활용법

Q "시험관의 질문에 어떻게 말해야 할 지 모르겠어요."

A 빈출도 높은 다양한 주제별로 회화문을 수록해 놓았습니다.
주제별 회화문에 대한 표현들을 패턴별로 제시하여 단어만 바꾸어도 쉽게 적용할 수 있도록 준비했습니다. 자신에게 맞는 회화문을 만들어 암기해 보세요.

3. 꼬리물기를 통한 돌발 질문에 대한 모범 답변 수록

Q "주제에 대한 꼬리물기 질문이 무서워요."

A 걱정하지 마세요!
주제별 빈출 문제 및 예상 문제 등 자주 출제되는 문제를 정리하고, 꼬리물기 질문에 대비한 모범 답변을 다양하게 준비했습니다. 자신에게 맞는 답변들을 만들어 보고, 연습해 보세요. OPI 시험에 자신감이 생깁니다.

4. Role Play 준비하기

Q "시험관과의 역할극은 어떻게 하는 건가요?"

A 시험의 마지막 단계는 시험관과의 Role Play로 진행됩니다.
빈출도 높은 가상의 상황극을 만들어 《ROLE PLAY 실전 연습 20》을 수록해 놓았습니다.
MP3 녹음을 통해 학습자가 시험 상황을 간접 체험하고, 모범 답변을 참조하여 질문에 직접 대답해 보며 학습할 수 있도록 하였습니다.

OPI란?

영어의 OPIc 시험에서 c가 빠진, 즉 컴퓨터와의 대화로 평가를 하는 방식이 아닌 시험관과의 1:1 인터뷰 방식으로, 크레듀에서 진행하는 제2외국어 말하기 평가시험입니다.

인터뷰 방식은 보통 꼬리물기로 진행되며, 주제별/상황별로 본인의 이야기를 해당 언어로 정확하고 자연스럽게 이야기해야 합니다. Native Speaker가 20~30분 동안 Interviewee의 수준에 따라 일상적인 화제(가족, 취미 등)부터 추상적이고 전문적인 내용까지 다양한 질의응답과 Role Play를 통해 가능한 언어적 기능(묘사, 설명, 설득 등), 대응 가능한 화제 영역, 사용 언어의 정확성(발음, 어휘, 문법 등), 문장 구성 형태(단문, 복문 등) 등의 종합적인 능력에 따라 등급을 판정합니다.

OPI 상세 등급

상세 등급	내용
NL (Novice Low)	의사 표현이 불가능한 수준입니다.
NM (Novice Mid)	기본 문장 구성이 가능한 수준으로, 기초적인 의사 표현만 가능하고 상대 답변에 대한 이해력은 어려움이 있습니다.
NH (Novice High)	발음이 어색하지만 기초적인 의사 표현은 가능한 수준으로, 문장이 길어지면 어순 오류가 잦고 유창성이 떨어집니다.
IL (Intermediate Low)	주요 문형을 이해하고 정확한 문장 구조에 맞게 문장을 구사할 수 있는 단계로, 정해진 양식에 맞춰 이메일 작성 등 간단한 내용을 전달할 수 있습니다.
IM (Intermediate Mid)	익숙한 화제에 대해 짧지만 비교적 자연스럽고 구체적인 설명이 가능한 단계로, 1:1 응대가 가능하고 회의에서 전체적인 맥락을 파악할 수 있습니다.
IH (Intermediate High)	일상의 화제에서 다양한 문형과 어휘 사용이 가능한 단계로, 원어민과 비교적 오랜 시간 대화가 가능하고 일반적인 업무 커뮤니케이션에 무리 없이 대응할 수 있습니다.
AL (Advanced Low)	일반적인 화제에 대해 적극적으로 대응이 가능하며 원어민과의 의사소통에 전혀 문제가 없는 단계로, 준비된 프레젠테이션 진행이 가능합니다.
AM (Advanced Mid)	일상회화에서 전혀 문제가 없는 단계로, 고급 어휘와 표현 등을 듣고 이해할 수 있으며, 적절하게 활용이 가능합니다.
AH (Advanced High)	원어민과의 의사소통에 전혀 불편함이 없는 단계로, 자신의 의사를 충분히 표현할 수 있고 고급 어휘 및 문형을 이해하고 표현이 가능합니다.
Superior	원어민 또는 원어민에 상응하는 의사소통 능력을 갖추고 있는 단계입니다.

1. IL부터 IH까지 체계적인 단계별 학습

기초 문형을 이해할 수 있는 IL 수준에서 원어민과 비교적 오랜 시간 대화가 가능한 IH 수준까지 차근차근 단계별로 학습할 수 있도록 쉽고 체계적으로 준비되어 있습니다. 하루 일정 학습량을 정해서 플랜에 맞게 학습해 보세요.

2. 반복 듣기 연습

다양한 질문 유형들을 MP3를 통해 반복해서 듣고 예상 답변을 연습함으로써, 실전에서 시험관의 질문에 당황하지 않고 의연하게 답변할 수 있게 해줍니다.

3. 말하기

베트남어는 성조가 매우 중요합니다. 원어민의 MP3 녹음을 반복해서 들으며 단어와 음절의 발음과 억양을 따라하는 연습을 해보세요.

① 흉내 내기

MP3 녹음을 반복해서 따라하며, 베트남 특유의 억양을 익혀 보세요.
시험 대비뿐만 아니라 회화에도 많은 도움이 됩니다.

② 친구들과 함께 대화해 보세요.

친구들과 준비한 내용으로 직접 가상의 상황을 만들어 Role Play 형식의 상황극을 연습해 보세요. 돌발 상황에 대한 대처법을 자연스럽게 익힐 수 있습니다.

4. 암기 요령

베트남어는 정확한 단어를 암기하는 것이 가장 중요합니다. 평소에 알던 단어도 시험관 앞에서는 긴장으로 생각이 안 나기도 합니다. 그러므로 알파벳과 성조를 정확하게 외우고 단어를 내 것으로 만든 뒤, 문장을 확인하는 반복 학습이 필요합니다. 여러 번 듣고 따라 읽으면서 익숙하지 않은 단어도 나에게 맞는 문장으로 만들고 외우는 학습방법을 반복해 보세요.

베트남어 OPI 시험은 약 20분~30분 정도의 말하기 평가로 이루어집니다. 시험은 크게 3가지 영역으로 **기본 질문**(Basic Question)과 **시사 질문**(Issue Question), **역할극**(Role Play)으로 구성됩니다.

시험 내용	시간	시험 내용	시간	시험 내용	시간
1. 기본 질문	약 15분	2. 시사 질문	약 10분	3. 롤플레이	약 5분

성적 결과

- 성적 결과는 시험일로부터 약 2주일 이후 오픽 공식 홈페이지(http://www.opic.or.kr)에서 확인하실 수 있습니다.
- OPI 성적은 시험일로부터 2년간 유효합니다.

高 고득점 획득 비법

베트남어 OPI 시험에서 **고득점**을 받기 위해서는 다음 3가지 부분이 가장 중요합니다.

1. 정확한 성조 발음 및 체계적인 문장구조

베트남어 성조를 정확하게 발음하고, 학습자가 사용하고 있는 어휘의 양이 제한적이더라도, 체계적이고 올바른 문장 구조 및 어순을 사용한다면 최소 IL 이상은 나올 수 있습니다. 이는 본 교재에서 반복적으로 학습하게 될 부분입니다.

2. 주요 질문과 키워드 파악

OPI에서 자주 등장하는 주요 핵심 질문과 해당 질문에 사용되는 키워드를 반드시 파악해야 합니다. 키워드의 의미를 이해하지 못했다면 올바른 답변도 할 수 없게 되므로, 이를 사전에 익혀 두어야 합니다.

3. 구체적인 의사전달

질문을 이해했다면, 시험관의 질문을 이해했음을 분명하게 보여주어야 하며, 이는 단답형이 아니라 접속사를 사용하여 이루어지는 복문 형태로 최소 세 문장에서 최대 다섯 문장으로 본인의 답변을 이야기해야 합니다.

OPI 시험 대비에 이상적인 4주 완성 학습 계획표입니다.

제시된 계획표 대로 차근차근 준비한다면 4주 후, 베트남어 OPI 시험준비를 마스터할 수 있습니다.
계획표에 맞게 준비하는 것도 좋지만, 나에게 맞는 플랜으로 나누어서 학습하는 방법들도 활용해 보세요.

· 4주 완성 학습 계획표 ·

	1일	2일	3일	4일	5일	6일	7일
1주	IL 단계 1과	IL 단계 2과	IL 단계 3과	IL 단계 4과	IL 단계 5과	Role Play 1-7	복습 꼬리물기 연습
2주	IM 단계 6과	IM 단계 7과	IM 단계 8과	IM 단계 9과	IM 단계 10과	Role Play 8-14	복습 꼬리물기 연습
3주	IH 단계 11과	IH 단계 12과	IH 단계 13과	IH 단계 14과	IH 단계 15과	Role Play 15-20	복습 꼬리물기 연습
4주	IL 복습	IL 복습	IM 복습	IM 복습	IH 복습	IH 복습	전체 복습

OPI는 반복 학습이 가장 중요합니다.
주제별 회화문을 학습한 후, 학습했던 내용으로 꼬리물기와 롤플레이를 잊지 말고 연습해 보세요.
4주 후 놀라울 정도로 향상된 실력을 확인하실 수 있습니다.

한 번에 끝!

OPI
베트남어

김연진 지음

한 번에 끝! OPI 베트남어

초판인쇄	2019년 3월 4일
초 판 2 쇄	2019년 8월 30일

지 은 이	김연진
펴 낸 이	임승빈
편집책임	정유항, 최지인
편집진행	이승연
디 자 인	다원기획
마 케 팅	염경용, 이동민, 임원영

펴 낸 곳	ECK북스
주 소	서울시 구로구 디지털로 32가길 16, 401 [08393]
대표전화	02-733-9950
팩 스	02-723-7876
홈페이지	www.eckbook.com
이 메 일	eck@eckedu.com
등록번호	제 25100 - 2005 - 000042호
등록일자	2000. 2. 15

I S B N	978-89-92281-76-8
정 가	18,000원

이 도서의 국립중앙도서관 출판예정도서목록(CIP)은 서지정보유통지원시스템 홈페이지(http://seoji.nl.go.kr)와 국가자료 공동목록시스템(http://www.nl.go.kr/kolisnet)에서 이용하실 수 있습니다. (CIP제어번호 : CIP2019005138)

지은이의 말

현재 베트남은 하루가 다르게 급성장 중입니다. 한국과 베트남은 FTA가 체결되면서 두 나라 사이의 기업 간 무역 교류가 매우 활발해지고 있습니다. 그 이유는 베트남의 좋은 지리적 요건과 방대한 천연자원 그리고 젊고 강인한 노동력에 있다고 생각됩니다. 한국의 대기업들은 이미 베트남에 진출한 상태이며, 중소기업부터 개인사업자까지 베트남에 유입되고 있습니다. 그들에게 가장 필요한 것은 베트남 문화를 이해하는 것이며, 베트남인과 직접 소통하는 것이라고 생각합니다.

OPI 베트남어 시험은 듣기와 말하기 중심의 회화 시험입니다. 단순히 시험과 자격증 획득에 목표를 두는 것이 아니라 『한 번에 끝! OPI 베트남어』에 나오는 다양한 주제들을 모두 학습한다면, 시험 준비를 넘어서 베트남어 회화를 완성시키는데 가장 큰 도움이 될 것입니다.

1. 정확한 알파벳과 성조로 베트남어의 기초 발음을 바르게 마스터할 수 있을 뿐만 아니라 단어 및 문법과 응용 문장까지 학습할 수 있도록 교재를 구성했습니다.
2. 베트남어 회화를 위해 다양한 주제의 회화문, 꼬리물기 질문과 모범 답안으로 학습효과를 높일 수 있도록 준비했습니다.
3. 그동안 많은 기업체를 비롯하여 대학교, 어학원에서 베트남어 강의를 하며 쌓은 노하우와 핵심 포인트만을 수록했습니다.

『한 번에 끝! OPI 베트남어』를 통해 베트남 사람들과 자연스러운 회화와 OPI 베트남어 시험에서 높은 등급을 획득하시기를 바랍니다.

끝으로 교재 출판의 기회를 주신 ECK교육 임승빈 대표님과 처음부터 끝까지 많은 도움을 주신 다원기획 이승연 실장님께 감사 인사를 전합니다. 그리고 이 책이 나오기까지 많은 분의 도움을 받았습니다. 그분들에게도 감사 인사드립니다.

지은이 **김연진**

이 책의 *구성과 특징*

다양한 질문 유형 파악하기

시험관의 질문 유형을 다양하게 제시함으로써, 어떤 형식으로 질문을 하더라도 바로 인지할 수 있도록 주제별 여러 질문 유형을 준비했습니다.

핵심 패턴 익히기

본문에 해당하는 핵심 패턴을 익힘으로써, 문장 구성을 좀 더 쉽게 구사할 수 있도록 도와줍니다.

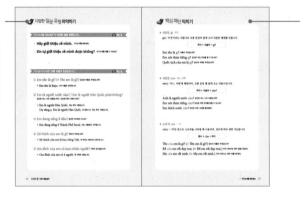

주제별 회화문 답변

시험관이 요청한 질문에 대한 회화문 답변을 다양한 상황으로 구성했습니다.

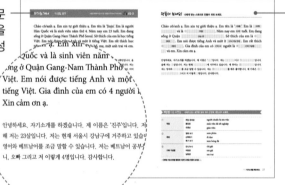

만들어 보세요!

왼쪽의 회화문을 바탕으로 나에게 맞는 맞춤 회화문 답변을 만들어 보세요. 패턴별 다른 표현들로 단어만 바꾸어 쉽게 교체할 수 있도록 준비했습니다.

꼬리물기

자주 출제되는 문제의 주제별 꼬리물기형 예상 질문에 대한 모범 답변을 제시합니다. 모범 답변을 나에게 맞게 수정한 후 반복적으로 익혀 보세요.

학습 더하기⁺

초급 단계에서 알아야 하는 기초 필수 문법과 추가 어휘 및 학습 내용을 다양한 예문과 함께 알기 쉽게 정리했습니다.

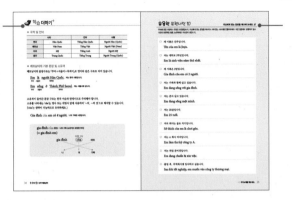

유용한 표현사전 10

각 질문에 대한 본문 답변 외에 다양한 답변들로 대체할 수 있도록 유용한 표현들을 제시해 줍니다.

상황 Box

Role Play를 시작하기 위해 빈출도가 높은 가상의 상황을 제시해 줍니다.

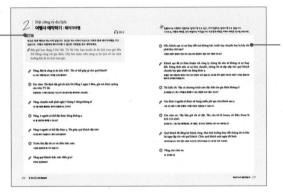

질문과 답변

가상의 상황에 대한 시험관의 가상 질문과 그에 따른 모범 답변을 다양하게 보여줍니다.

ROLE PLAY 실전 연습 20

OPI 시험의 마지막 단계로, 빈출도 높은 가상의 상황극을 수록해 놓았습니다. 제시된 가상의 상황에 맞게 **MP3** 녹음을 들으며 상황극을 연습해 보세요.

꿀팁! 부록

답변을 생각할 시간이 필요할 때, 급하게 대처할 수 있는 '위기 상황 대처 표현'과 '틀리기 쉬운 OPI 표현', '기초 단어'를 수록해 놓았습니다.

  MP3 다운로드 방법

본 교재의 MP3 파일은 www.eckbooks.kr에서 무료로 다운로드 받을 수 있습니다.

QR코드를 찍으면 다운로드 페이지로 이동합니다.

| Contents |

IL 단계

베트남어의 문자, 발음

베트남어는 29개의 알파벳이 있습니다. '단모음 12개, 단자음 17개'로 구성되어 있으며, 영어의 f, j, w, z 가 없는 대신 '자음 đ'와 '모음 ǎ, â, ê, ô, ơ, ư'가 있습니다. 그중 된소리가 나는 5가지 자음(c, k, p, t, q) 중 'c, k, q'는 [ㄲ] 발음으로, 알파벳은 다르지만 같은 발음이 납니다. 베트남어의 알파벳은 자음끼리 결합해서 '복자음'이 될 수도 있고, 모음끼리 결합해서 '이중모음'이나 '삼중모음'이 될 수도 있습니다.

■ 알파벳

알파벳	음성 기호	발음	알파벳	음성 기호	발음
A a	a	아	N n	en nờ	ㄴ
Ă ă	á	(짧은) 아	O o	o	(입크게) 어
Â â	ớ	어	Ô ô	ô	오
B b	bê	ㅂ	Ơ ơ	ơ	어
C c	xê	ㄲ	P p	pê	ㅂ / ㅃ
D d	dê	ㅈ (북) ㅇ (남)	Q q	qui	ㄲ (북) w / ㄱ (남)
Đ đ	đê	d	R r	e-rờ	z / ㅈ (북) r / ㄹ (남)
E e	e	애	S s	ét sì	ㅅ / ㅆ
Ê ê	ê	에	T t	tê	ㄸ
G g	giê	g / ㄱ	U u	u	우
H h	hát	ㅎ	Ư ư	ư	으
I i	i ngắn	이	V v	vê	v / ㅂ
K k	ca	ㄲ	X x	ích xì	ㅅ / ㅆ
L l	e-lờ	l / ㄹ	Y y	i dài	이
M m	em mờ	ㅁ	▨ : 자음　▨ : 모음		

🎧 002

이중자음이 앞에 나올 때와 뒤에 나올 때, 그리고 하나의 복자음이 끝에서 나올 때 북쪽과 남쪽의 발음이 조금씩 다르므로 정확하게 구별해야 합니다.

복자음	발음과 설명	예시 단어 및 읽는 법
ch- -ch	(1) ch-가 앞에 올 경우 [ㅉ] 발음이 납니다. 　• 북쪽 : [ㅉ] 또는 [ㅊ]로 발음합니다. 　• 남쪽 : [ㅉ]로 발음합니다. (2) -ch가 뒤에 올 경우 　• 북쪽 : [-익]으로 발음합니다. 　• 남쪽 : [ㄱ]으로 발음합니다.	(1) chị 언니, 누나 [찌] (2) cách 방법 [까익]
gh-	한국어의 [ㄱ] 발음이 납니다. 영어의 [g] 발음과 비슷합니다.	ghế 의자 [게]
gi-	[gi] = [지] 발음으로 외우세요. 영어의 [z] 발음과 비슷합니다.	già 늙은 [지아] (※빨리 발음하면 [쟈]라고 발음됩니다.)
kh-	한국어의 [ㅋ] 발음이 납니다. 성대를 울리듯이 [커]라고 발음하세요.	khá 꽤 [카]
ng- -ng -ong	(1) ng- (앞) : [ŋ, ㅇ] 발음이 납니다. (2) -ng (뒤) : [ㅇ] 또는 [ㅁ] 발음이 납니다. (3) -ong　[옹]과 [엉]의 중간 발음으로 반드시 볼에 　　　　　바람을 넣어줍니다.	(1) ngang 횡단하다 [응앙] (2) mang 운반하다 [망] (3) nóng 덥다 (표기 : 넝) [너-엄] 해당 단어는 -ong 연습이므로 반드시 볼에 바람을 넣어 주면서 입을 다물어줍니다.
ngh-	ng와 비슷한 [ŋ, ㅇ] 발음이 납니다. 이때 h는 묵음 처리합니다.	nghề nghiệp 직업 [응에 응이엡]
nh- -nh	(1) nh-가 앞에 올 경우 [냐] 발음이 납니다. (2) -nh가 뒤에 올 경우 　• 북쪽 : [-인]과 [잉]의 중간으로 발음합니다. 　• 남쪽 : [ㄴ]으로 발음합니다.	(1) nhà 집 [냐] (2) nhanh 빨리 [나인]
ph-	영어의 [f] 발음이 납니다.	phở 쌀국수 [풔] (F 발음 유지)
th-	한국어의 [ㅌ] 발음이 납니다.	thích 좋아하다 [티익(북부), 틱(남부)]

tr-	한국어의 [ㅉ] 발음이 납니다.	trà 차 (마시는 차) [짜]
끝자음에서 볼에 바람을 넣는 자음		
-oc	-oc, -uc, -ong, -ông –ung과 같이 해당 자음이 끝에 나오면 반드시 볼에 바람을 넣으면서 [ㅇ]과 [ㅁ]의 중간 소리로 발음합니다.	học 공부하다 [헙]
-uc		Úc 호주 [웁]
-ong		mỏng 얇다 (표기 : 멍) [머엄]
-ông		lông 털 (표기 : 롱) [러옴, 옹]
-ung		đúng 올바른 (표기 : 둥) [두움]
끝모음에서 볼에 바람을 넣지 않는 모음		
-ương	-ươ의 경우 이중모음에 해당합니다. [ɯ ㅇ/ɤ ㅓ] 발음에 해당하므로, -ương는 바람을 넣지 않고 [–으엉]으로 발음합니다.	trường 학교 [쯔엉]

■ 모음 발음 🎧 003

모음	발음과 설명	예시 단어 및 읽는 법
A a	[아] 발음입니다. '솔' 음으로 길게 쭉 뻗어서 읽습니다.	má 어머니 [마]
Ă ă	[아] 발음입니다. A의 음과 같이 발음되지만 A보다 짧게 발음합니다.	ăn 먹다 [안]
Â â	[어] 발음입니다. '솔' 음으로 길게 쭉 뻗어서 발음합니다.	ấm 따뜻한 [엄]
E e	[애] 발음입니다. 입모양을 가로로 해서 길게 발음합니다.	em 동생 [앰]
Ê ê	[에] 발음입니다. 입모양을 둥글게 해서 동그란 소리로 발음합니다.	tên 이름 [뗀]

문자	발음과 설명	예시 단어 및 읽는 법
O o	크게 입을 벌려 [어]라고 발음합니다. 한국어에 없는 발음으로 입을 크게 벌려서 발음합니다.	cho 주다 [쩌]
Ô ô	[오] 발음입니다. 정확하게 '오'라고 발음합니다.	môn 과목 [몬]
Ơ ơ	[어] 발음입니다. Â 보다 길게 발음합니다.	trời 하늘 [쩌이]
I i	[이] 발음입니다. '이'로 발음하고 짧게 발음합니다.	hai 숫자 2 [하이]
Y y	[이] 발음입니다. i와 같은 '이'로 발음되지만 길게 발음합니다.	hay 재미있는 [하이]
U u	[우] 발음입니다. 정확하게 '우'라고 발음합니다.	mù 안개 [무]
Ư ư	[으] 발음입니다. 한국어의 '으'와 비슷한 느낌이지만 좀 더 입을 가로로 넓게 발음합니다.	từ 단어 [뜨]

※ 이중 모음 불규칙 발음

이중 모음	발음과 설명	예시 단어 및 읽는 법
-ia	자음 + ia[이아], ua[우아], ưa[으아]의 형태일 때 끝 발음을 [아]가 아닌 [어]로 바꾸어 발음합니다.	bia 맥주 [비어]
-ua		mua 사다 [무어]
-ưa		chưa 아직 [쯔어]

■ 성조　　　　　　　　　　　　　　　　　　　　　　　

베트남어의 성조는 총 6개입니다. 북부와 남부 발음의 가장 큰 차이점은 Thanh hỏi 성조입니다.

성조 이름	발음 곡선	성조의 특징 설명
Thanh Ngang	도 시 라 솔 파 미 레 도	음의 기준을 '도레미파솔라시도'로 정하고 중간음인 '솔' 음에서 길게 쭉 발음합니다. ma 귀신, 마귀　　　cô 여자 선생님 (무성으로 성조의 표기 없이 같은 톤으로 발음합니다.)
Thanh Sắc	도 시 라 솔 파 미 레 도	기준 음이 되는 '솔' 음에서 곡선을 그리듯 부드럽게 올리면서 발음합니다. má 어머니, 볼/뺨　　　có 가지고 있다
Thanh Huyền	도 시 라 솔 파 미 레 도	기준 음이 되는 '미'와 '파'의 중간 음에서 곡선을 그리듯 부드럽게 내리면서 발음합니다. mà 그런데　　　chào 안녕
Thanh Hỏi	도 시 라 솔 파 미 레 도	* 북부 발음 기준 음보다 살짝 낮게 첫 음을 시작합니다. 마찬가지로 '미'와 '파'의 중간 음에서 살짝 올렸다가 내린후, 끝음을 살짝 다시 올린다는 느낌으로 발음합니다. mả 무덤　　　khỏe 건강한
	도 시 라 솔 파 미 레 도	* 남부 발음 기준 음보다 좀 더 낮게 첫 음을 시작합니다. 마찬가지로 '미'와 '파'의 중간 음에서 시작하고 살짝 내렸다가 올려서 발음합니다. mả 무덤　　　khỏe 건강한

Thanh Ngã	도시라솔파미레도 이 구간을 살짝 끊어서 발음하며 높게 올려 발음 하세요.	성조 중 가장 높은 음을 나타냅니다. 기준 음을 '솔'로 잡은 후, 중간에 음이 끊기듯이 발음하며 끝을 많이 올려서 발음합니다. mã 말(馬) Mỹ 미국
Thanh Nặng	도시라솔파미레도	성조 중 가장 짧고 굵게 발음한다는 생각으로 기준 음을 '미'와 '파'의 중간 음에서 아래로 강하게 끊듯이 발음합니다. mạ 벼 chị 언니/누나

■ 주어 및 호칭 표현

호칭	뜻	호칭	뜻
ông	할아버지	bà	할머니
anh	나보다 나이가 많거나 직급이 높은 남성을 지칭	chị	나보다 나이가 많거나 직급이 높은 여성을 지칭
bác / chú	중년 남성, 아저씨	cô	중년 여성, 아주머니/여자 선생님 (통상적으로 여성을 지칭함)
thầy	남자 선생님	em	① 동생 (나이가 어리거나 직급이 낮을 때) ② 나 (격식을 차릴 때)
bố / ba/ cha	아빠	mẹ / má	엄마
tôi	나	bạn / cậu	① 당신, 친구 ② 너
cháu	① 어린이 ② 조카, 손자, 손녀	con	① 자녀 (아들, 딸) ② 어린이
chúng ta	우리 (청자 포함)	chúng tôi	우리 (청자 불포함)
nó	(대명사) 그	bạn	친구, 당신

IL

: Intermediate Low

1~5과

주요 문형을 이해하고 정확한 문장 구조에 맞게 문장을 구사할 수 있는 단계입니다. 기본 문형을 활용하여 일반적인 비즈니스 상황에서 기본적인 의사소통이 가능한 수준으로, 정해진 양식에 맞춰 간단한 이메일 작성 또는 내용을 전달할 수 있습니다.

Bạn hãy tự giới thiệu về bản thân.

자기소개를 해보세요.

OPI 시험에서 가장 처음 기본적으로 물어보는 질문은 바로 '자기소개 영역'입니다. 짧고 간결한 대답보다는 구체적으로 답변하는 것이 좋습니다.

핵심 패턴

- 의문문 gì : 무엇
- 소유격 của : ~의
- 의문문 nào : 어느, 어떤

다양한 **질문 유형 파악하기**

"자기소개를 해보세요"의 **다양한 질문 유형**입니다.　🎧 01-1

- **Hãy giới thiệu về mình.** 자기소개를 해보세요.
- **Xin tự giới thiệu về mình được không?** 자기소개를 해줄 수 있어요?

"자기소개"에 관한 **다른 표현**의 질문들입니다.　🎧 01-2

① Em tên là gì? (= Tên em là gì?) 당신의 이름은 무엇입니까?

　➡ Em tên là Jinju. 나의 이름은 진주입니다.

② Em là người nước nào? / Em là người Hàn Quốc phải không?
당신은 어느 나라 사람입니까? / 당신은 한국 사람이 맞죠?

　➡ Em là người Hàn Quốc. 저는 한국 사람입니다.
　　Dạ vâng ạ. Em là người Hàn Quốc. 네 맞습니다. 저는 한국 사람입니다.

③ Em đang sống ở đâu? 당신은 어디에서 사나요?

　➡ Em đang sống ở Thành Phố Seoul. 저는 서울에서 거주합니다.

④ Sở thích của em là gì? 취미가 무엇입니까?

　➡ Sở thích của em là học tiếng Việt. 제 취미는 베트남어 공부입니다.

⑤ Gia đình của em có bao nhiêu người? 가족이 몇 명입니까?

　➡ Gia đình của em có 4 người. 제 가족은 4명입니다.

핵심 패턴 익히기

● 의문문 **gì** : 무엇

gì는 '무엇'이라는 의문사로 보통 문장의 끝에 오며 의문문 형태를 만듭니다.

> 주어 + 서술어 + gì?

Em tên là gì? 이름이 무엇입니까?

Em nói được tiếng gì? 당신은 무슨 언어를 할 수 있나요?

Quốc tịch của em là gì? 당신의 국적은 무엇입니까?

● 의문문 **nào** : 어느, 어떤

nào는 '어느, 어떤'에 해당하며, 보통 문장 맨 끝에 오는 의문사입니다.

> 주어 + 서술어 + nào?

Anh là người nước nào? 당신은 어느 나라 사람입니까?

Em nói được tiếng nào? 당신은 어떤 언어를 말할 수 있나요?

Em thích nước nào? 당신은 어떤 나라를 좋아해요?

● 소유격 **của** : ~의

của는 '~의'란 뜻으로 소유격을 나타낼 때 사용되며, 경우에 따라 생략 가능합니다.

> 명사 + của + 주어

Tên của em là gì? (= Tên em là gì?) 당신의 이름은 무엇입니까?

Bố của em rất đẹp trai. (= Bố em rất đẹp trai.) 우리 아버지는 매우 잘생기셨어요.

Mẹ của em rất xinh. (= Mẹ em rất xinh.) 우리 어머니는 매우 아름다우세요.

Chào cô/anh ạ. Em xin tự giới thiệu ạ. Em tên là 'Jinju'. Em là người Hàn Quốc và là sinh viên năm thứ 4. Năm nay em 23 tuổi. Em đang sống ở Quận Gang-Nam Thành Phố Seoul. Sở thích của em là học tiếng Việt. Em nói được tiếng Anh và một ít tiếng Việt. Em rất thích học tiếng Việt. Gia đình của em có 4 người là bố, mẹ, một anh trai và em. Xin cảm ơn ạ.

안녕하세요. 자기소개를 하겠습니다. 제 이름은 '진주'입니다. 저는 한국 사람이고 대학교 4학년입니다. 올해 저는 23살입니다. 저는 현재 서울시 강남구에 거주하고 있습니다. 제 취미는 베트남어 공부입니다. 저는 영어와 베트남어를 조금 말할 수 있습니다. 저는 베트남어 공부를 매우 좋아합니다. 제 가족은 아버지, 어머니, 오빠 그리고 저 이렇게 4명입니다. 감사합니다.

* chào + 상대방 주어 : (상대방에게) 안녕하세요 [공손한 존칭 표현]
* Xin : 해석되지 않으며, 문장 앞에 위치해 전체적으로 공손하고 존경의 의미를 나타냅니다.
  Xin cảm ơn. 대단히 감사합니다.
* ạ : 문장의 끝에 놓여 문장 전체를 공손하고 예의 바르게 만듭니다.
  Cảm ơn ạ. 감사합니다.
* đang : ~하는 중이다
  현재진행 형태이며, 「주어+đang+서술어」의 문장 구조를 가집니다.
  Tôi đang sống ở Việt Nam. 저는 베트남에 살고 있습니다.

새단어

- anh trai 오빠/형
- chào 안녕
- giới thiệu 소개하다
- một ít 조금
- người 사람
- nói 말하다
- năm nay 올해
- năm 년(年), 숫자 5
- quận 구(지역)
- sinh viên 대학생
- sở thích 취미
- thành phố 시
- thứ 학년
- tuổi 나이(살)
- tự 스스로
- và 그리고
- được 할 수 있다, ~이 되다, 가능하다

만들어 보세요! 나에게 맞는 스토리로 만들어 외워 보세요.

Chào cô/anh ạ. Em xin tự giới thiệu ạ. Em tên là ' (이름) '. Em là (국적) và là ① (직업) . Năm nay em (나이) tuổi. Em đang sống ở Quận (사는 곳) . Sở thích của em là ② (취미) . Em nói được tiếng Anh và một ít (구사 가능 언어) . Em rất thích ② (취미) . Gia đình của em có (가족 수) người là ③ (가족 구성원) và em. Xin cảm ơn ạ.

안녕하세요. 자기소개를 하겠습니다. 제 이름은 '   '입니다. 저는   이고 ①   입니다. 올해 저는   살입니다. 저는 현재   에 거주하고 있습니다. 제 취미는 ②   입니다. 저는 영어와   를 조금 말할 수 있습니다. 저는 ②   를 매우 좋아합니다. 제 가족은 ③   그리고 저 이렇게   명입니다. 감사합니다.

패턴별 다른 표현들 | 나에게 맞는 표현을 찾아 위의 문장에 대입시켜 보세요.

① 직업	취업 준비생	người chuẩn bị xin việc
	졸업생	sinh viên đã tốt nghiệp
	선생님	giáo viên
② 취미	영화 보기	xem phim
	산책하기	đi dạo
	축구 보기	xem bóng đá
③ 가족 구성원	언니/누나	chị gái
	여동생	em gái
	남동생	em trai

* 〈부록〉 기초 단어를 활용해 다양한 표현을 만들어 보세요.

1. Ngoài tiếng Việt, bạn nói được tiếng gì nữa?
베트남어를 제외하고, 무슨 언어를 더 구사할 수 있나요?

① 저는 베트남어만 가능합니다.
Em chỉ nói được tiếng Việt thôi ạ.

② 저는 영어와 중국어를 더 할 수 있습니다.
Em có thể nói được tiếng Anh và tiếng Trung nữa ạ.

2. Sau khi tốt nghiệp, bạn muốn làm gì? 졸업 후에, 무엇을 하고 싶어요?

① 졸업 후, 취업 준비를 할 예정입니다.
Sau khi tốt nghiệp, em sẽ chuẩn bị xin việc ạ.

② 졸업 후, 대학원에서 더 공부하고 싶어요.
Sau khi tốt nghiệp, em muốn học lên cao học.

3. Bạn có người yêu chưa? 당신은 애인이 있나요?

① 저는 애인이 있습니다.
Dạ em có người yêu rồi . = Dạ, em đã có người yêu.

② 저는 아직 애인이 없습니다.
Dạ em chưa có người yêu.

4. Bạn sống một mình hay sống với gia đình? 당신은 혼자 사나요 아니면 가족과 사나요?

① 저는 혼자 살고 있습니다.
Em sống một mình.

② 저는 가족 (모두) 함께 삽니다.
Em sống với (cả) gia đình.

5. **Bố mẹ của bạn sống ở đâu?** 당신의 부모님은 어디에서 살고 계십니까?

① 나의 부모님은 서울시에 살고 있습니다.

Bố mẹ của em sống ở Thành Phố Seoul.

② 나의 부모님은 해외에 살고 있습니다.

Bố mẹ của em sống ở nước ngoài.

6. **Bạn làm nghề gì?** 당신의 직업은 무엇입니까?

① 저는 대학생입니다.

Dạ em là sinh viên.

② 저는 취업 준비생입니다.

Dạ em là người chuẩn bị xin việc.

7. **Bạn đang sống ở đâu?** 당신은 어디에 살고 있습니까?

① 저는 서울시 강남구에 살고 있습니다.

Em đang sống ở Quận Gang-Nam Thành Phố Seoul.

② 저는 한강 근처에서 살고 있습니다.

Em đang sống ở gần Hangang.

8. **Sở thích của bạn là gì?** 당신의 취미는 무엇입니까?

① 제 취미는 영화 보기입니다.

Sở thích của em là xem phim.

② 제 취미는 걷기입니다.

Sở thích của em là đi bộ.

Chào cô/anh ạ. Em xin tự giới thiệu ạ. Em tên là 'Junsu'. Em là người Hàn Quốc và là nhân viên công ty ABC. Em đã làm việc ở công ty đó được 5 năm rồi. Em nói được tiếng Anh và một ít tiếng Việt. Em đang sống ở Quận Gang-Nam Thành Phố Seoul với gia đình. Gia đình em có 4 người là vợ em, một con trai, một con gái và em. Gia đình của em rất hạnh phúc. Xin cảm ơn ạ.

안녕하세요. 자기소개를 하겠습니다. 제 이름은 '준수'입니다. 저는 한국 사람이고 ABC 회사 직원입니다. 저는 이 회사에서 근무한지 5년 되었습니다. 저는 영어와 베트남어를 조금 말할 수 있습니다. 저는 서울시 강남구에서 가족과 함께 살고 있습니다. 제 가족은 아내, 아들, 딸 그리고 저 이렇게 4명입니다. 저희 가족은 매우 행복합니다. 감사합니다.

---

* đã 과거 표현 : 「주어 + đã + 서술어 : ~했다」

   Tôi đã học tiếng Việt. 나는 베트남어 공부를 했다.

* rồi 완료 표현 : 「주어 + đã + 서술어 + rồi : ~되었다, ~했다」

   'đã'와 'rồi' 모두 과거 표현이므로, '~했다'는 표현으로 두 단어 모두 사용 가능합니다. 또한, 둘 중 하나를 생략하더라도 나타내고자 하는 의미는 같습니다. đã는 '문어체'에서, rồi는 '구어체'에서 많이 사용됩니다.

   Tôi đã học tiếng Việt rồi. 나는 베트남어 공부를 (완료)했다.

* 명사 + đó (그 명사) : 명사 뒤에 'đó'를 표기하여 '그 명사'로 해석할 수 있습니다.

   điện thoại đó 그 핸드폰

새단어

□ con gái 딸   □ nhân viên 회사원, 직원   □ với ~와 함께
□ con trai 아들

만들어 보세요! 나에게 맞는 스토리로 만들어 외워 보세요.

Chào cô/anh ạ. Em xin tự giới thiệu ạ. Em tên là ' (이름) '. Em là người Hàn Quốc và là nhân viên công ty ABC. Em đã làm việc ở công ty đó được ① (근무한 기간) rồi. Em nói được tiếng Anh và một ít tiếng Việt. Em đang sống ở Quận ② (사는 곳) với gia đình. Gia đình em có ③ (가족 수) người là (가족 구성원) và em. Gia đình của em rất hạnh phúc. Xin cảm ơn ạ.

안녕하세요. 자기소개를 하겠습니다. 제 이름은 ' '입니다. 저는 한국 사람이고 ABC 회사 직원입니다. 저는 이 회사에서 근무한지 ① 되었습니다. 저는 영어와 베트남어를 조금 말할 수 있습니다. 저는 ② 에서 가족과 함께 살고 있습니다. 제 가족은 ③ 그리고 저 이렇게 명입니다. 저희 가족은 매우 행복합니다. 감사합니다.

▶ 패턴별 다른 표현들   나에게 맞는 표현을 찾아 위의 문장에 대입시켜 보세요.

① 근무한 기간	6개월	sáu tháng
	1년	một năm
	10년	mười năm
② 사는 곳	경기도 인천	Incheon Gyeonggido
	부산시	Thành Phố Busan
	전라도	Jeollado
③ 가족수와 구성원	2명 : 아내와 나, 남편과 나	hai người : vợ và em, chồng và em
	3명 : 아내, 아들 한 명과 나	ba người : vợ, một con trai và em
	5명 : 아내, 아들 한 명, 딸 둘과 나	năm người : vợ, một con trai, hai con gái và em

* 〈부록〉 기초 단어를 활용해 다양한 표현을 만들어 보세요.

1. Bạn đã kết hôn được bao lâu rồi? 결혼한 지 얼마나 되셨나요?

　① 저는 결혼한 지 1년 되었습니다.
　Em đã kết hôn được 1 năm rồi.

　② 저는 이제 막 결혼했습니다.
　Em mới kết hôn **thôi.**

2. Bạn có con chưa? 당신은 자녀가 있나요?

　① 저는 아직 자녀가 없습니다.
　Dạ em chưa có con.

　② 저는 딸 한 명과 아들 한 명이 있어요.
　Dạ em có một con gái **và** một con trai.

3. Con đầu là con trai hay con gái? 첫째는 아들인가요? 딸인가요?

　① 아들입니다.
　Dạ con trai ạ.

　② 딸입니다.
　Dạ con gái ạ.

4. Sở thích của chồng em/vợ anh là gì?
　당신 남편/부인의 취미는 무엇인가요?

　① 제 남편의 취미는 골프 치기입니다.
　Sở thích của chồng em là chơi gôn.

　② 제 아내의 취미는 드라이브입니다.
　Sở thích của vợ em là lái xe.

5. Các con của bạn mấy tuổi rồi? 당신의 자녀들은 몇 살입니까?

① 첫째는 5살입니다.

Con đầu thì 5 tuổi.

② 막내는 2개월밖에 안 됐습니다.

Con út thì mới 2 tháng thôi.

6. Khi rỗi(=khi rảnh), gia đình bạn thường làm gì?

여유로울 때(한가할 때), 당신의 가족은 보통 무엇을 합니까?

① 우리 가족은 집 근처를 산책합니다.

Gia đình em thường đi dạo ở gần nhà.

② 우리 가족은 한강으로 소풍 갑니다.

Gia đình em thường đi pic-nic ở Hangang.

7. Bạn làm việc ở đâu? 당신은 어디에서 일합니까?

① 저는 수출입 회사에서 근무합니다.

Em làm việc ở công ty xuất nhập khẩu.

② 저는 베트남과 관련된 일을 하고 있습니다.

Em đang làm việc liên quan đến Việt Nam.

8. Năm nay em bao nhiêu tuổi? 당신은 몇 살입니까?

① 저는 30살입니다.

Năm nay em 30 tuổi.

② 저는 1989년생입니다.

Em sinh năm 1989.

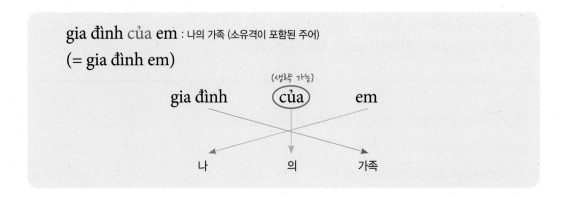

🐦 학습 더하기⁺

● 국적 및 언어

	나라	언어	사람
한국	Hàn Quốc	Tiếng Hàn Quốc	Người Hàn (Quốc)
베트남	Việt Nam	Tiếng Việt	Người Việt (Nam)
미국	Mỹ	Tiếng Anh	Người Mỹ
중국	Trung Quốc	Tiếng Trung	Người Trung (Quốc)

● 베트남어의 기본 문장 및 소유격

베트남어의 문장구조는 「주어＋서술어＋목적어」로 영어와 같은 구조로 되어 있습니다.

Em là người Hàn Quốc. 저는 한국 사람입니다.
주어 서술어 목적어

Em sống ở Thành Phố Seoul. 저는 서울시에 삽니다.
주어 서술어 목적어

소유격이 들어간 문장 구조는 한국 어순과 반대이므로 주의해야 합니다.
소유를 나타내는 'của'는 명사 또는 대명사 앞에 사용하며 '~의, ~의 것'으로 해석할 수 있습니다.
('của'는 생략이 가능하므로 유의하세요.)

Gia đình của em có 4 người. 나의 가족은 4명입니다.

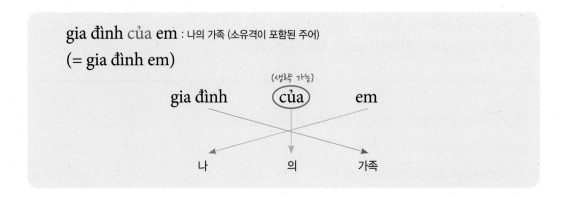

자신에게 맞는 답변을 체크해 보세요. ☑

주제에 관한 다양하고 유용한 표현들입니다. 자신에게 맞는 문장을 체크하고 재미있는 스토리를 만들어보세요. 어떤 질문에도 당황하지 않고 나만의 표현력은 물론, 논리력에도 자신감이 생깁니다.

☐ 제 이름은 진주입니다.

Tên của em là Jinju.

☐ 저는 대학교 1학년입니다.

Em là sinh viên năm thứ nhất.

☐ 제 가족은 2명입니다.

Gia đình của em có 2 người.

☐ 저는 가족과 함께 살고 있습니다.

Em đang sống với gia đình.

☐ 저는 혼자 살고 있습니다.

Em đang sống một mình.

☐ 저는 25살입니다.

Em 25 tuổi.

☐ 저의 취미는 골프 치기입니다.

Sở thích của em là chơi gôn.

☐ 저는 A 회사 비서입니다.

Em làm thư ký công ty A.

☐ 저는 취업 준비생입니다.

Em đang chuẩn bị xin việc.

☐ 졸업 후, 무역회사에 입사하고 싶습니다.

Sau khi tốt nghiệp, em muốn vào công ty thương mại.

IL

: Intermediate Low

1~5과

주요 문형을 이해하고 정확한 문장 구조에 맞게 문장을 구사할 수 있는 단계입니다.
기본 문형을 활용하여 일반적인 비즈니스 상황에서 기본적인 의사소통이 가능한 수준
으로, 정해진 양식에 맞춰 간단한 이메일 작성 또는 내용을 전달할 수 있습니다.

Anh/Chị làm việc ở đâu?

당신은 어디에서 일합니까?

간단한 자기 소개영역이 끝난 후, 직장인을 위한 단원으로 직업
및 업무를 표현할 때 필요한 Q&A입니다.

핵심 패턴

- đâu : 어디
- vừa ~ vừa ~ : ~ 하면서
- chỉ ~ thôi : 단지 ~할 뿐이다

다양한 질문 유형 파악하기

"직업 및 업무"의 **다양한** 질문 유형입니다.   02-1

- **Anh/Chị làm nghề gì?** 당신은 어떤 분야에서 일합니까?

- **Nghề nghiệp của anh/chị là gì?** 당신의 직업은 무엇입니까?

"직업 및 업무"에 관한 **다른 표현**의 질문들입니다.   02-2

① Anh/Chị làm việc ở đâu? 당신은 어디에서 일합니까?

➡ Tôi làm việc ở công ty thương mại ABC.
저는 ABC 무역회사에서 근무합니다.

② Anh/Chị làm việc ở đó được bao lâu rồi?
당신은 그곳에서 일한 지 얼마나 되었습니까?

➡ Tôi làm việc ở công ty này được 3 năm rồi ạ.
저는 이 회사에서 일한 지 3년 되었습니다.

③ Anh/Chị làm việc ở bộ phận nào?
당신은 어느 부서에서 일합니까?

➡ Tôi làm việc ở bộ phận tiếp thị ạ.
저는 마케팅 부서에서 근무합니다.

● đâu : 어디

'đâu'는 '어디'란 의미로, 보통 문장 맨 끝에 위치하는 의문사입니다.

> 주어 + 서술어 + đâu?

Em đang làm việc ở đâu? 당신은 어디에서 일해요?

Em đang sống ở đâu? 당신은 어디에서 살아요?

Em đi đâu? 당신은 어디에 가세요?

● vừa ~ vừa ~ : ~ 하면서

'vừa ~ vừa ~'는 '~하면서 ~하다'라는 의미로, 동시에 일어나는 '행위, 형태, 사건'들을 이야기할 때 사용할 수 있는 패턴입니다.

> 주어 + vừa + 행동/형태1 + vừa + 행동/형태2

Tôi vừa học tiếng Việt vừa nghe nhạc. 나는 베트남어 공부를 하면서 음악을 들어요.

Anh ấy vừa ăn cơm vừa xem tivi. 그는 밥을 먹으면서 TV를 봐요.

Em ấy vừa đẹp vừa có nhiều tiền. 그녀는 예쁘면서 돈이 많아요.

Chị ấy vừa làm việc ở công ty A vừa làm việc ở công ty B.
그녀는 A 회사에서 일하면서 B 회사에서도 일해요.

● chỉ ~ thôi : 단지 ~할 뿐이다

'chỉ ~ thôi'란 '단지 ~할 뿐이다'의 의미로, 보통 chỉ는 서술어 앞에, thôi는 문미에 사용됩니다. chỉ 혹은 thôi 둘 중 하나만 써도 무방하며, 둘 다 사용해도 됩니다.

> 주어 + chỉ + 서술어 + thôi

Tôi làm việc ở công ty này chỉ 3 năm thôi. 저는 이 회사에서 일한 지 3년밖에 안 되었습니다.

Tôi chỉ có một em trai thôi. 저는 남동생 한 명뿐입니다.

Tôi chỉ thích học tiếng Việt thôi. 저는 베트남어 공부만 좋아합니다.

Tôi là nhân viên công ty thương mại ABC và làm việc ở công ty này được 5 năm rồi ạ. Công ty của chúng tôi vừa nhập khẩu hàng nước ngoài vừa xuất khẩu hàng Hàn Quốc. Nhưng dạo này nhiều tập đoàn Hàn Quốc đang đầu tư vào Việt Nam. Thế nên công ty của chúng tôi cũng chuẩn bị tiến vào Việt Nam. Tôi đang làm việc ở bộ phận tiếp thị. Chính vì thế tôi rất cần có năng lực nói tiếng Việt. Vì dạo này có nhiều khách hàng Việt Nam nhưng tôi chỉ dùng tiếng Anh thôi nên hơi bất tiện một chút.

저는 ABC 무역회사 직원이며 이곳에서 일한 지 5년 되었습니다. 우리 회사는 해외에 물건을 수입하면서 한국 물건을 수출합니다. 그러나 요즘 많은 한국 대기업이 베트남에 투자를 하고 있습니다. 그렇기 때문에 우리 회사 역시 베트남 진출을 준비하고 있습니다. 저는 현재 마케팅 부서에서 근무하고 있는데 베트남어 말하기 능력이 절실히 필요합니다. 왜냐하면 요즘 베트남 고객이 많습니다. 하지만 저는 영어로만 사용해야 해서 다소 불편합니다.

● 접속사

* và : 「A và B: A 그리고 B」와 같이 A와 B를 서로 연결할 때 사용되는 '그리고'의 의미를 가진 접속사입니다.

　　　 Tôi và bạn tôi muốn đi Việt Nam. 나와 내 친구는 베트남에 가고 싶어요.

* nhưng : '그러나, 하지만'의 뜻으로, 「A nhưng B: A 하지만 B」와 같이 대립적인 두 문장 사이에 위치하는 접속사입니다. 'nhưng mà, mà'와 대체 가능합니다.

　　　 Tôi thích đi du lịch nước ngoài nhưng không thích học tiếng Anh.
　　　 저는 해외여행을 좋아하지만 영어공부는 싫어요.

새단어 ◀

□ bất tiện 불편한	□ nhập khẩu 수입	□ tiến vào 진출하다
□ chính vì thế 그래서, 그렇기 때문에	□ năng lực 능력	□ tập đoàn 대기업, 그룹
□ công ty này 이 회사	□ nước ngoài 해외	□ Vì 왜냐하면, ~때문이다
□ hàng 물건	□ thương mại 무역	□ xuất khẩu 수출
□ nhiều 많은	□ thế nên 그래서	□ đầu tư 투자하다

만들어 보세요! 나에게 맞는 스토리로 만들어 외워 보세요.

Tôi là nhân viên công ty ① ____(회사)____ và làm việc ở công ty này được ② ____(기간)____ rồi ạ. Công ty của chúng tôi vừa nhập khẩu hàng nước ngoài vừa xuất khẩu hàng Hàn Quốc. Nhưng dạo này nhiều tập đoàn Hàn Quốc đang đầu tư vào Việt Nam. Thế nên công ty của chúng tôi cũng chuẩn bị tiến vào Việt Nam. Tôi đang làm việc ở bộ phận ③ ____(부서)____ . Chính vì thế tôi rất cần có năng lực nói tiếng Việt. Vì dạo này có nhiều khách hàng Việt Nam nhưng tôi chỉ dùng tiếng Anh thôi nên hơi bất tiện một chút.

저는 ① _____ 회사 직원이며 이곳에서 일한 지 ② ____ 되었습니다. 우리 회사는 해외에 물건을 수입하면서 한국 물건을 수출합니다. 그러나 요즘 많은 한국 대기업이 베트남에 투자를 하고 있습니다. 그렇기 때문에 우리 회사 역시 베트남 진출을 준비하고 있습니다. 저는 현재 ③ ____ 부서에서 근무하고 있는데 베트남어 말하기 능력이 절실히 필요합니다. 왜냐하면 요즘 베트남 고객이 많습니다. 하지만 저는 영어로만 사용해야 해서 다소 불편합니다.

패턴별 다른 표현들 나에게 맞는 표현을 찾아 위의 문장에 대입시켜 보세요.

① 회사	수출입	xuất nhập khẩu
	식품	thực phẩm
	의류	quần áo
② 기간	1달	một tháng
	1년	một năm
	10년	mười năm
③ 부서	영업부	bộ phận buôn bán
	광고부	bộ phận quảng cáo
	회계부	bộ phận kế toán

※ 〈부록〉 기초 단어를 활용해 다양한 표현을 만들어 보세요.

1. **Tại sao anh/chị làm việc ở công ty đó?** 당신은 왜 그 회사에서 근무하나요?

   ① 왜냐하면 저는 의류에 관심이 많습니다.

     Vì tôi rất quan tâm đến quần áo.

   ② 왜냐하면 저는 베트남에서 일하고 싶은데 이 회사는 베트남과 연관된 많은 일을 하고 있기 때문입니다.

     Bởi vì tôi muốn làm việc ở Việt Nam mà công ty này có nhiều công việc liên quan đến Việt Nam.

2. **Không khí công ty như thế nào?** 회사 분위기는 어떠한가요?

   ① 우리 회사 분위기는 굉장히 평범합니다.

     Không khí công ty của tôi rất (là) bình thường.

   ② 우리 회사 분위기는 쾌적하면서 굉장히 좋습니다.

     Không khí công ty của tôi vừa tốt vừa thoải mái.

3. **Trong công ty, tất cả có(= có tất cả) bao nhiêu nhân viên?**
   회사에는 총 몇 명의 직원이 있나요?

   ① 저는 자세히 모르겠습니다.

     Tôi không biết rõ ạ.

   ② 아마 대략 천명 정도인 듯합니다.

     Chắc là khoảng 1,000 người ạ.

4. **Công ty của anh/chị thành lập vào năm nào?** 당신의 회사는 몇 년도에 설립되었나요?

   ① 우리회사는 2000년에 설립되었습니다.

     Công ty của tôi đã thành lập vào năm 2000.

   ② 약 20년 전쯤 설립되었습니다.

     Công ty của tôi đã thành lập khoảng 20 năm trước.

5. Chức vụ của anh/chị là gì? 당신의 직급은 무엇입니까?

① 저는 관리자입니다.

Tôi là (người) quản lý.

② 저는 아직 비정규직입니다.

Tôi là nhân viên chưa chính thức.

6. Anh/Chị hay đi công tác không? 당신은 출장을 자주 가나요?

① 저는 해외로 출장을 자주 갑니다.

Dạ tôi hay đi công tác nước ngoài.

② 아니요. 저는 주로 한국에서 일합니다.

Dạ không. Tôi thường làm việc ở Hàn Quốc.

7. Nghiệp vụ chính của anh/chị là gì? 당신의 주요 업무는 무엇입니까?

① 저는 보통 물건 검사하는 일을 합니다.

Tôi thường kiểm tra hàng hóa.

② 저는 베트남 고객에게 이메일을 보내고 다시 한번 확인하는 일을 합니다.

Tôi thường gửi e-mail cho khách hàng Việt Nam rồi kiểm tra lại.

8. 10 năm sau, anh/chị có kế hoạch làm việc ở công ty đó không?
10년 뒤에도 당신은 그 회사에서 근무할 계획입니까?

① 아직 잘 모르겠습니다.

Tôi chưa biết chắc chắn.

② 저는 계속해서 일하고 싶습니다.

Dạ tôi muốn tiếp tục làm việc.

Trước đây tôi đã làm việc ở một công ty thương mại. Nhưng khoảng 1 năm trước tôi đã nghỉ việc và đang chuẩn bị kinh doanh ở Việt Nam. Khoảng 3 năm trước, tôi đã đi công tác ở Việt Nam. Tôi thấy Việt Nam là một nước có khả năng phát triển nên tôi muốn sống và kinh doanh ở Việt Nam. Nhưng tôi không biết văn hóa Việt Nam và tiếng Việt. Chính vì thế tôi đã bắt đầu học tiếng Việt. Tôi muốn mở quán cà phê Hàn Quốc tại Việt Nam. Trước khi sang làm việc ở Việt Nam tôi sẽ chuẩn bị kỹ và muốn kiểm tra năng lực tiếng Việt hiện tại của mình.

예전에 저는 무역회사에서 근무했습니다. 그러나 약 1년 전에 회사를 그만두고 베트남에서 사업을 준비 중입니다. 약 3년 전쯤, 저는 베트남에 출장을 갔습니다. 저는 베트남의 발전 가능성을 보았기 때문에 베트남에 살면서 사업을 하고 싶습니다. 그러나 저는 베트남 문화와 베트남어를 모릅니다. 그렇기 때문에 저는 베트남어 공부를 시작했습니다. 저는 베트남에서 한국 커피숍을 차리고 싶습니다. 베트남에서 일하기 전에 저는 신중하게 준비하고 싶고 저의 현재 베트남어 능력을 확인해보고 싶습니다.

● 베트남어에는 왜 항상 'một'이 들어갈까요? (một công ty / một người)
베트남어는 '한 사람', '한 회사'와 같이 정확한 명칭과 더불어 정확한 수량으로 말하는 것을 좋아합니다. 우리나라에서는 당연한 내용은 생략하고 말하는 반면, 베트남어에서는 생략하지 않고 말하는 경우가 많습니다.

Tôi thích một người hiền lành. 나는 착한 사람을 좋아해요.

새단어

- hiện tại 현재
- kinh doanh 사업하다, 경영하다
- kiểm tra 확인하다, 검사하다
- mở 열다, 차리다
- nghỉ việc 회사를 그만두다
- như thế 그러므로, 그래서
- nước 나라
- quán cà phê 커피숍
- trước đây 예전에
- tại ~에서 (ở와 같은 표현)
- văn hóa 문화

Trước đây tôi đã làm việc ở một công ty ① _____(사업 분야)_____ . Nhưng khoảng ② _____(기간)_____ tôi đã nghỉ việc và đang chuẩn bị kinh doanh ở Việt Nam. Khoảng ② _____(기간)_____ , tôi đã đi công tác ở Việt Nam. Tôi thấy Việt Nam là một nước có khả năng phát triển nên tôi muốn sống và kinh doanh ở Việt Nam. Nhưng tôi không biết văn hóa Việt Nam và tiếng Việt. Chính vì thế tôi đã bắt đầu học tiếng Việt. Tôi muốn mở ③ _____(희망 사업)_____ tại Việt Nam. Trước khi sang làm việc ở Việt Nam tôi sẽ chuẩn bị kỹ và muốn kiểm tra năng lực tiếng Việt hiện tại của mình.

예전에 저는 ①_____ 회사에서 근무했습니다. 그러나 약 ②_____ 전에 회사를 그만두고 베트남에서 사업을 준비 중입니다. 약 ②_____ 쯤, 저는 베트남에 출장을 갔습니다. 저는 베트남의 발전 가능성을 보았기 때문에 베트남에서 살면서 사업을 하고 싶습니다. 그러나 저는 베트남 문화와 베트남어를 모릅니다. 그렇기 때문에 저는 베트남어 공부를 시작했습니다. 저는 베트남에서 ③_____ 을 차리고 싶습니다. 베트남에서 일하기 전에 저는 신중하게 준비하고 싶고 저의 현재 베트남어 능력을 확인해보고 싶습니다.

패턴별 다른 표현들   나에게 맞는 표현을 찾아 위의 문장에 대입시켜 보세요.

① 사업 분야	패션	thời trang
	마케팅	tiếp thị
	경비, 보안	an ninh
② 기간	2주 전	2 tuần trước
	몇 개월 전	mấy tháng trước
	몇 년 전	mấy năm trước
③ 희망 사업	식당	nhà hàng
	호프집	quán rượu
	학원	trung tâm, học viện

* 〈부록〉 기초 단어를 활용해 다양한 표현을 만들어 보세요.

1. Tại sao anh/chị nghỉ việc ? 당신은 왜 회사를 그만두었나요?

   ① 왜냐하면 직무가 저와 맞지 않았습니다.

   Vì công việc đó không hợp với tôi.

   ② 왜냐하면 저는 베트남에서 사업을 하고 싶기 때문입니다.

   Vì tôi muốn kinh doanh ở Việt Nam.

2. Khi anh/chị làm việc ở công ty đó, anh/chị thấy khó khăn nhất là điều gì?
   회사에서 일할 때 가장 힘든 점이 무엇이었습니까?

   ① 손님을 대할 때, 가장 어려웠습니다.

   Khi tôi đối thoại với khách hàng, **tôi thấy khó nhất.**

   ② 잦은 해외 출장이 다소 힘들었습니다.

   Tôi hay phải đi công tác nước ngoài **nên hơi vất vả một chút.**

3. Tại sao anh/chị muốn kinh doanh ở Việt Nam? 왜 베트남에서 사업을 하고 싶은가요?

   ① 베트남과 한국이 매우 가깝고 이동이 편리해서입니다.

   Vì Việt Nam và Hàn Quốc rất gần và di chuyển rất tiện lợi.

   ② 베트남은 인건비가 저렴하고 생활이 편리합니다.

   Vì Việt Nam phí nhân công vừa rẻ vừa sống tiện lợi.

4. Trước đây khi anh/chị làm việc ở Việt Nam, anh/chị đã giao tiếp bằng tiếng gì? 예전에 베트남에서 일하면서, 무슨 언어로 (현지인과) 소통했나요?

   ① 영어로만 대화했습니다.

   Tôi chỉ nói chuyện bằng tiếng Anh.

   ② 베트남어와 영어를 조금씩 말했습니다.

   Tôi vừa nói tiếng Việt **vừa nói** tiếng Anh một chút.

5. Anh/chị muốn làm việc ở thành phố nào ở Việt Nam?
베트남 어디에서 사업을 하고 싶은가요?

① 호찌민에서 사업을 하고 싶습니다.
Tôi muốn kinh doanh ở Thành Phố Hồ Chí Minh.

② 아직 모르겠습니다.
Tôi chưa biết.

6. Tại sao anh/chị muốn kinh doanh ở đó? 왜 그곳에서 사업을 하고 싶으신가요?

① 호찌민에는 많은 인구가 있기 때문입니다.
Vì ở Thành Phố Hồ Chí Minh có đông dân số.

② 그곳에 친구가 거주하고 있습니다.
Vì bạn của tôi sống ở đó.

7. Khi anh/chị kinh doanh, quan trọng nhất là điều gì?
그 사업을 할 때, 가장 중요한 점이 무엇입니까?

① 해외에서 사업을 할 때, 가장 중요한 것은 그 나라의 문화와 언어입니다.
Khi kinh doanh ở nước ngoài, quan trọng nhất là ngôn ngữ và văn hóa của
nước đó.

② 제 생각으로는 열심히 하는 것이 가장 중요하다고 생각합니다.
Theo tôi, làm việc chăm chỉ là quan trọng nhất.

8. Anh/Chị sẽ sống ở Việt Nam bao lâu? 베트남에서 어느 정도 거주할 예정이세요?

① 아직 잘 모르겠습니다.
Tôi chưa biết chắc chắn.

② 평생 살고 싶습니다.
Tôi muốn sống mãi mãi.

● **đi đâu?** *vs.* **ở đâu?**

(1) **đi đâu?**

đi는 '가다'라는 동사이며, 의문사 'đâu'와 결합되어 '어디 가세요?'라는 의미를 가집니다.

(2) **ở đâu?**

ở는 '~에, ~에서'로 사용되는 전치사이며, 의문사 'đâu'와 결합되어 '어디에서요?'라는 의미를 가집니다.

● 어휘 익히기

(1) 직업과 장소

직업		장소	
nhân viên	직원, 회사원	công ty	회사
người quản lý	매니저, 관리자	tập đoàn	대기업, 그룹
giám đốc	사장님	chi nhánh	대리점, 지사, 지점
nhà kinh doanh	사업가	văn phòng	사무실
người làm việc tự do	프리랜서	ngân hàng	은행

(2) 부서

bộ phận	부서	bộ phận quảng cáo	광고부
bộ phận tiếp thị	마케팅부	bộ phận thương mại	무역부
bộ phận phát triển	개발부(개발팀)	bộ phận kế toán	경리부
bộ phận sản xuất	생산부	bộ phận hành chính	행정부
bộ phận buôn bán	영업부	bộ phận kinh doanh quốc tế	해외영업부

주제에 관한 다양하고 유용한 표현들입니다. 자신에게 맞는 문장을 체크하고 재미있는 스토리를 만들어보세요. 어떤 질문에도 당황하지 않고 나만의 표현력은 물론, 논리력에도 자신감이 생깁니다.

☐ 저는 서울에 있는 무역회사에 다니고 있습니다.

Em đang làm việc ở một công ty thương mại ở thành phố Seoul.

☐ 저는 해외 영업팀에서 근무 중입니다.

Em đang làm việc ở bộ phận kinh doanh nước ngoài.

☐ 저의 직급은 관리자입니다.

Chức vụ của em là người quản lý.

☐ 저는 이곳에서 일한 지 6개월 되었습니다.

Em đã làm việc ở đây được 6 tháng rồi.

☐ 저는 부산에서 근무 중입니다.

Em đang làm việc ở thành phố Busan.

☐ 저는 몇 년 전에 베트남으로 출장을 다녀왔습니다.

Mấy năm trước em đã đi công tác ở Việt Nam.

☐ 저는 하노이에서 사업을 하고 싶습니다.

Em muốn kinh doanh ở Hà Nội.

☐ 현재는 잠시 일을 쉬고 있습니다.

Hiện nay em đang nghỉ việc một thời gian.

☐ 저는 베트남에 대해 알고 싶습니다.

Em muốn biết về Việt Nam.

☐ 베트남 사람들과 베트남어로 이야기하고 싶습니다.

Em muốn nói chuyện với người Việt Nam bằng tiếng Việt.

IL

: Intermediate Low

1~5과

주요 문형을 이해하고 정확한 문장 구조에 맞게 문장을 구사할 수 있는 단계입니다.
기본 문형을 활용하여 일반적인 비즈니스 상황에서 기본적인 의사소통이 가능한 수준
으로, 정해진 양식에 맞춰 간단한 이메일 작성 또는 내용을 전달할 수 있습니다.

Chuyên ngành của em là gì?

당신의 전공은 무엇입니까?

빈출도 높은 문제로 전공과 학교에 관련된 꼬리물기가 많이 나옵니다. 직장인들도 본인의 전공과 현재 직무에 관련된 질문이 나올 수 있으므로 함께 학습해 보세요.

핵심 패턴

- Khi ~ thì ~ 혹은 (khi 서술어 ,) : ~할 때
- càng ~ càng ~ : ~하면 할수록

- **Em có hài lòng về chuyên ngành của em không?**
  당신은 당신의 전공에 만족하십니까?

- **Em học gì ở đại học?**
  대학교에서 무엇을 공부합니까?

① **Chuyên ngành của em là kinh doanh phải không?**
당신의 전공은 경영학이 맞습니까?

➡ Dạ vâng. Chuyên ngành của em là kinh doanh ạ.
맞습니다. 제 전공은 경영학입니다.

② **Tại sao em chọn chuyên ngành đó?**
당신은 왜 그 전공을 선택했습니까?

➡ Vì em rất quan tâm đến xuất nhập khẩu ạ.
왜냐하면 저는 수출입에 많은 관심을 가지고 있기 때문입니다.

③ **Khi học chuyên ngành đó, khó khăn nhất là điều gì?**
그 전공을 공부할 때, 어떤 점이 가장 어려운가요?

➡ Em thấy khó nhất là thuộc thuật ngữ chuyên ngành ạ.
전문용어를 외우는 것이 가장 어렵습니다.

핵심 패턴 익히기

● Khi ~ thì ~ 혹은 (khi 서술어 ,) : ~할 때

「khi ~ ,(콤마 또는 thì) ~」는 '~할 때 ~하다'라는 의미입니다. 콤마(,) 후 thì가 나와도 뒤에 주어는 생략 가능합니다.

> Khi + 주어1(생략 가능) + 서술어 + , (콤마 또는 thì) + 주어1 + 서술어

Khi tôi mệt, tôi thường xuyên đi sauna.
피곤할 때, 나는 항상 사우나에 가요.

Khi tôi 19 tuổi, tôi đã đi Việt Nam để thi vào Đại Học Việt Nam.
내가 19살 때, 베트남 대학 시험을 보기 위해 베트남에 갔었어요.

> Khi + 주어1 + 서술어 + , (콤마 또는 thì) + 주어2 + 서술어

Khi em làm việc xong thì anh sẽ đến đón em.
네가 일이 끝나면 오빠가 데리러 갈게.

Khi nào anh buồn ngủ thì nói với em nhé. Em sẽ lái xe.
오빠가 피곤하면 저한테 말해요. 제가 운전할게요.

● càng ~ càng ~ : ~하면 할수록

'~하면 할수록 ~하다'라는 의미로, 예를 들어 '보면 볼수록 예쁘다, 하면 할수록 어렵다'와 같이 càng 뒤에 '행위', càng 뒤에 '결과'가 위치하는 구조의 패턴입니다.

> càng + 행위 + càng + 결과

Việt Nam càng ngày càng phát triển. 베트남은 날이 가면 갈수록 발전해요.
Càng học tiếng Việt càng thú vị. 베트남어 공부는 하면 할수록 재미있어요.
Cô ấy càng nhìn càng xinh. 그녀는 보면 볼수록 아름다워요.

Em là sinh viên năm thứ tư khoa kinh doanh học ở Đại Học Hàn Quốc. Bố của em là nhà kinh doanh nên em đã quan tâm đến kinh doanh một cách tự nhiên. Thực ra, có nhiều người học về lĩnh vực kinh doanh hoặc kinh tế, vì vậy em cần có những năng lực đặc biệt của riêng mình. Cho nên dạo này em vừa học về kinh doanh vừa học ngoại ngữ, đặc biệt là tiếng Anh và tiếng Việt. Khi học chuyên ngành của mình, em thấy điểm khó nhất là học thuộc lòng thuật ngữ chuyên ngành. Bởi vì có quá nhiều từ mới. Nhưng em sẽ cố gắng học để tốt nghiệp và xin việc.

저는 한국대학교에서 경영학을 전공하는 4학년 대학생입니다. 아버지가 사업가이므로 저도 경영에 자연스럽게 관심을 가지게 되었습니다. 사실, 많은 사람들이 경영과 경제를 공부하기 때문에 저는 나만의 특별한 경쟁력이 필요했습니다. 그래서 요즘 저는 경영학 공부와 외국어 공부, 특히 영어와 베트남어 공부를 합니다. 전공 공부를 할 때, 가장 어려운 점은 전문 분야 단어를 외우는 것입니다. 왜냐하면 생소한 단어가 많기 때문입니다. 그러나 저는 취업과 졸업을 위하여 열심히 공부할 것입니다.

* đặc biệt / đặc biệt là : '특별히, 특히'라는 뜻으로, 영어의 special(소중한, 특별한)과 같은 의미로 사용되며, 우리나라에서는 '특히'라는 뜻으로 무언가를 더 강조하고 싶을 때 사용됩니다.
Tôi thích học ngoại ngữ đặc biệt là tiếng Việt.
저는 외국어 공부를 좋아하는데 특히 베트남어를 좋아합니다.

* để : '~하기 위해서'라는 뜻으로, để 뒤에 하고자 하는 '행위'나 '표현'을 넣어서 완성합니다.
Tôi học tiếng Việt để tăng sức cạnh tranh của mình. 나만의 경쟁력을 늘리기 위해서 베트남어 공부를 합니다.

새단어

- cần 필요하다
- khoa 과(학과)
- kinh doanh học 경영학
- kinh tế 경제
- lĩnh vực 영역
- nhà kinh doanh 사업가
- như vậy 그래서
- năm thứ tư 4학년
- quan tâm đến ~ ~에 관심을 가지다
- thuật ngữ chuyên ngành 전문용어 (= thuật ngữ chuyên môn)
- thuộc lòng 외우다
- thấy 느끼다, 보다
- thứ tư 4번째
- thực ra 사실은
- từ vựng 어휘, 단어
- tự nhiên 자연스러운
- điểm ~점
- đặc biệt 특별한, 특별히

Em là sinh viên ① _____ (학년 및 전공) _____ ở Đại Học Hàn Quốc. ② _____ (전공하게 된 이유) _____ Thực ra, có nhiều người học về lĩnh vực kinh doanh hoặc kinh tế, vì vậy em cần có những năng lực đặc biệt của riêng mình. Cho nên dạo này em vừa học về kinh doanh vừa học ngoại ngữ, đặc biệt là tiếng Anh và tiếng Việt. Khi học chuyên ngành của mình, em thấy điểm khó nhất là ③ _____ (전공 공부 중 어려운 점) _____. Bởi vì có quá nhiều từ mới. Nhưng em sẽ cố gắng học để tốt nghiệp và xin việc.

저는 한국대학교에서 ① _____ 대학생입니다. ② _____ 사실, 많은 사람들이 경영과 경제를 공부하기 때문에 저는 나만의 특별한 경쟁력이 필요했습니다. 그래서 요즘 저는 경영학 공부와 외국어 공부, 특히 영어와 베트남어 공부를 합니다. 전공 공부를 할 때, 가장 어려운 점은 ③ _____. 왜냐하면 생소한 단어가 많기 때문입니다. 그러나 저는 취업과 졸업을 위하여 열심히 공부할 것입니다.

패턴별 다른 표현들 ┃ 나에게 맞는 표현을 찾아 위의 문장에 대입시켜 보세요.

① 학년 및 전공	신문방송학과 1학년	năm thứ nhất khoa báo chí-truyền thông/phát thanh báo chí
	국문과 2학년	năm thứ hai khoa quốc ngữ
	영문과 3학년	năm thứ ba khoa ngữ văn Anh
② 전공하게 된 이유	왜냐하면 저는 방송에 관심이 있기 때문입니다.	Vì tôi quan tâm đến truyền hình.
	왜냐하면 저는 국어를 좋아했기 때문입니다.	Vì tôi thích quốc ngữ.
	왜냐하면 저는 미국에서 1년 정도 살았기 때문입니다.	Vì tôi đã sống ở Mỹ được 1 năm rồi.
③ 전공 공부 중 어려운 점	매일같이 뉴스를 봐야 합니다	mỗi ngày phải xem tin tức (= phải xem tin tức mỗi ngày)
	책을 많이 읽어야 합니다	phải đọc sách nhiều
	한국어 번역입니다	là việc dịch tiếng Hàn

＊〈부록〉 기초 단어를 활용해 다양한 표현을 만들어 보세요.

1. Chuyên ngành của em là gì? 당신의 전공은 무엇입니까?

① 제 전공은 경영학입니다.
Chuyên ngành của em là kinh doanh học.

② 제 전공은 국제통상학입니다.
Chuyên ngành của em là thương mại quốc tế.

2. Khoa kinh doanh có phải là một chuyên ngành tốt cho xin việc không? 경영학은 취업하기에 좋은 전공입니까?

① 제가 느끼기엔 좋은 것 같습니다.
Dạ em thấy tốt.

② 사실은 요즘 많은 대학생이 경영학에 대해 공부하고 있어서 경쟁력이 별로 없는 것 같습니다.
Thực ra dạo này có nhiều sinh viên học về kinh doanh nên không có khả năng cạnh tranh lắm ạ.

3. Khi học kinh doanh, chủ yếu là học về cái gì? 경영을 공부할 때, 무슨 공부를 주로 하나요?

① 보통 마케팅에 대해서 공부합니다.
Thường học về tiếp thị ạ.

② 회계와 광고 전략에 대해 공부합니다.
Học về chiến lược quảng cáo và kế toán.

4. Giáo sư của em thế nào? 당신의 교수님은 어떤 분인가요?

① 저희 교수님은 매우 까다로우셔서 공부를 안 하면 낮은 점수를 주십니다.
Giáo sư của em rất khó tính nên nếu không học thì sẽ cho điểm thấp.

② 저희 교수님은 친절하시고 매우 좋으신 분입니다.
Giáo sư của em vừa tốt bụng vừa thân thiện.

5. Sau khi tốt nghiệp, em sẽ làm gì? 졸업 후, 당신은 무엇을 할 건가요?

① 졸업 후, 대학원에 들어가고 싶습니다.

Sau khi tốt nghiệp, em muốn vào cao học. (= Em muốn học sau đại học.)

② 저는 외국회사에서 일하고 싶습니다.

Em muốn làm việc ở công ty nước ngoài.

6. Em thấy chuyên ngành của em có hợp với em không?

당신은 당신의 전공과 잘 맞습니까?

① 저는 제 전공이 매우 재밌습니다.

Dạ em thấy chuyên ngành của mình rất thú vị.

② 아니요. 저는 저와 잘 맞지 않는다고 생각됩니다.

Dạ không. Em thấy không hợp với mình.

7. Dạo này ở Hàn Quốc có khó xin việc không? Tại sao?

요즘 한국은 취업하기가 어려운가요? 왜 그런가요?

① 누구든 자기 개인만의 강한 경쟁력을 가지고 있기 때문에 취업이 어려운 것 같습니다.

Dạ dạo này xin việc rất khó vì ai cũng có nhiều năng lực riêng của mình.

② 누구나 큰 대기업에서 일하고 싶어 하므로 취업이 어려운 것 같습니다.

Dạ vì ai cũng muốn làm việc ở tập đoàn lớn nên khó xin việc.

8. Em chuẩn bị những gì để xin việc? 취업하기 위해서 어떤것들을 준비하나요?

① 영어자격증과 고급컴퓨터 자격증을 준비했습니다.

Em đã chuẩn bị chứng chỉ tin học cao cấp và chứng chỉ tiếng Anh ạ.

② 저는 지금 OPI 시험 자격증을 준비 중 입니다.

Em đang chuẩn bị thi chứng chỉ OPI.

Em là sinh viên năm thứ 3 trường Đại Học ngoại ngữ Hàn Quốc. Khi em thi vào đại học, em rất quan tâm đến ngoại ngữ nhưng không biết học ngôn ngữ gì. Lúc đó nhiều người đã giới thiệu với em về tiếng Việt. Cho nên em bắt đầu học tiếng Việt. Khi học, vì trong tiếng Việt có 6 thanh dấu nên khá khó phát âm. Ngoài ra người Việt Nam nói rất nhanh nên không quen lắm. Nhưng càng học em thấy tiếng Việt càng hay và thú vị. 1 năm trước, em đã đi du học ở Thành Phố Hà Nội trong 1 năm. Em rất thích và muốn quay lại. Sau khi tốt nghiệp, nếu có dịp thì em muốn làm việc và sống ở Việt Nam.

저는 한국외국어대학교 3학년 학생입니다. 대학 능력 시험을 봤을 때, 저는 외국어에 많은 관심이 있었지만 무슨 언어 공부를 해야 할지 몰랐습니다. 그때 많은 분이 베트남어 공부를 추천해주셨어요. 그래서 저는 베트남어 공부를 시작했습니다. 베트남어를 공부할 때, 베트남어에는 6성조가 있어서 발음하기가 꽤 어려웠습니다. 게다가 베트남 사람 말이 매우 빨라서 익숙해지는데 어려웠습니다. 그러나 공부하면 할수록 재밌었습니다. 1년 전, 저는 하노이에 1년 동안 유학을 했습니다. 저는 매우 좋았고 다시 가고 싶습니다. 졸업 후, 만약 기회가 된다면 베트남에서 거주하며 일하고 싶습니다.

---

* quan tâm đến : '~에 관심을 가지다'라는 뜻으로, 「주어 + quan tâm đến + 관심이 있는 분야」의 구조로 표현하면 됩니다.

  Tôi rất quan tâm đến văn hóa Việt Nam. 저는 베트남 문화에 대해 많은 관심을 가지고 있습니다.

* ngoài ra : '그 외에'라는 뜻으로, 내가 생각하는 긍정 또는 부정적인 행위와 생각들을 나열한 후, ngoài ra를 넣어 앞서 이야기했던 내용에서 빠진 부분을 서술하면 됩니다.

  Tôi thích học tiếng Việt. Ngoài ra tôi cũng rất thích văn hóa Việt Nam.
  저는 베트남어 공부를 매우 좋아해요. 그 외에 베트남 문화 역시 매우 좋아합니다.

새단어 ....

□ 1 năm trước 1년 전
□ bắt đầu 시작하다
□ dịp 기회
□ hay, thú vị 재미있는
□ mà 그런데, ~했는데, ~인데

□ ngoài ra 그 외에, 그 밖에
□ ngôn ngữ 언어
□ nếu ~ thì ~ 만약에 ~한다면
□ sau khi ~한 후에

□ thi vào đại học 대학 능력 시험을 보다
  (정식 명칭 : kỳ thi tuyển sinh đại học)
□ trong tiếng Việt 베트남어에는
□ tốt nghiệp 졸업하다
□ về ~에 대해서

만들어 보세요! 나에게 맞는 스토리로 만들어 외워 보세요.

Em là sinh viên năm thứ 3 trường Đại Học ngoại ngữ Hàn Quốc. Khi em thi vào đại học, em rất quan tâm đến ngoại ngữ nhưng không biết học ngôn ngữ gì. Lúc đó nhiều người đã giới thiệu với em về tiếng Việt. Cho nên em bắt đầu học tiếng Việt. Khi học, vì trong tiếng Việt có 6 thanh dấu nên khá khó ① (베트남어 공부할 때 가장 어려운 점) . Ngoài ra ② (베트남어가 익숙하지 않은 이유) nên không quen lắm. Nhưng càng học em thấy tiếng Việt càng hay và thú vị. ③ (베트남에 대한 경험 유/무) Sau khi tốt nghiệp, nếu có dịp thì em muốn làm việc và sống ở Việt Nam.

저는 한국외국어대학교 3학년 학생입니다. 대학 능력 시험을 봤을 때, 저는 외국어에 많은 관심이 있었지만 무슨 언어 공부를 해야 할지 몰랐습니다. 그때 많은 분이 베트남어 공부를 추천해주셨어요. 그래서 저는 베트남어 공부를 시작했습니다. 베트남어를 공부할 때, 베트남어에는 6성조가 있어서 ① 　　　　가 꽤 어려웠습니다. 게다가 ② 　　　　　　　　　　 익숙해지는데 어려웠습니다. 그러나 공부하면 할수록 재밌었습니다. ③ 　　　　　　　　　　　　　　　 졸업 후, 만약 기회가 된다면 베트남에서 거주하며 일하고 싶습니다.

▶ 패턴별 다른 표현들 | 나에게 맞는 표현을 찾아 위의 문장에 대입시켜 보세요.

①	베트남어 공부할 때 가장 어려운 점	듣기 nghe 쓰기 viết	회화(베트남 사람과 이야기하기) hội thoại(nói chuyện với người Việt Nam)
②	베트남어가 익숙하지 않은 이유	한국어에는 성조가 없기 때문에 어순이 다르기 때문에 동의어와 반의어가 너무 많기 때문에	vì trong tiếng Hàn không có thanh điệu/dấu vì trật tự câu khác vì có nhiều từ đồng nghĩa và từ trái nghĩa
③	베트남에 대한 경험 유/무	2년 전에 가족과 함께 여행을 갔었는데 매우 편하고 좋았습니다. Em đã đi du lịch với gia đình ở Việt Nam vào 2 năm trước và thấy rất thoải mái và tốt. 듣기로는 베트남의 휴양지가 편하고 좋다던데 꼭 가보고 싶습니다. Nghe nói khu du lịch ở Việt Nam rất tốt và thoải mái nên em rất muốn đi. 졸업하기 전에 베트남에 유학을 가보고 싶습니다. Trước khi tốt nghiệp, em muốn đi du học ở Việt Nam.

* 〈부록〉 기초 단어를 활용해 다양한 표현을 만들어 보세요.

1. Dạo này ở trường đại học có học tiếng Việt nhiều không?

요즘 대학교에서 베트남어를 많이 배우나요?

① 네 많습니다. 요즘 많은 학생이 베트남어 공부에 관심을 가져요.

Dạ có. Dạo này nhiều sinh viên quan tâm đến học tiếng Việt.

② 아니요. 단지 몇몇 학생들만 베트남어 공부에 관심을 가져요.

Dạ không. Chỉ có một số người quan tâm đến học tiếng Việt.

2. Em đã hối hận về việc chọn chuyên ngành tiếng Việt bao giờ chưa?

베트남어로 전공을 선택한 것에 대해 후회한 적이 있나요?

① 저는 아직 한 번도 후회해 본 적이 없습니다.

Dạ em chưa bao giờ hối hận.

② 공부가 어려워서 때때로 후회한 적도 있습니다.

Dạ thỉnh thoảng em có hối hận vì học khó.

3. Ở khoa tiếng Việt, thường học cái gì? 베트남어과에서는 어떤 수업을 주로 하나요?

① 보통 발음, 듣기, 회화 등을 공부합니다.

Thường học về phát âm, nghe, hội thoại, vân vân.

② 베트남어 외에 저희는 베트남의 역사, 문화에 대해서 공부합니다.

Ngoài tiếng Việt, chúng tôi học về văn hóa, lịch sử Việt Nam.

4. Em muốn du học ở Việt Nam không? Nếu đi du học thì em muốn đến thành phố nào? 베트남으로 유학을 가고 싶나요? 유학을 간다면 어느 도시로 가고 싶나요?

① 저는 하노이로 유학을 꼭 가고 싶습니다.

Dạ em muốn đi du học ở Thành Phố Hà Nội.

② 사실 저는 무섭고 두렵기 때문에 유학을 가고 싶지 않습니다. 만약에 가능하면 한국에서 공부하고 싶습니다.

Thật sự em không muốn đi du học vì em sợ và ngại. Nếu được thì em muốn học ở Hàn Quốc.

5. Nếu học tiếng Việt thì có tốt cho việc xin việc không?
베트남어를 공부하면 취업하는 데 좋은가요?

① 아마 취업에 좋을 것 같습니다.
Chắc là tốt cho việc xin việc.

② 아마 보통일 듯합니다. (그저 그런듯합니다.)
Chắc là bình thường thôi.

6. Giáo sư là người Hàn Quốc phải không? 교수님은 한국 교수님인가요?

① 네 맞습니다.
Dạ đúng rồi.

② 한국 교수님도 계시고 베트남 교수님도 계십니다.
Có giáo sư Hàn Quốc và cũng có giáo sư Việt Nam.

7. Khi giáo sư người Việt Nam giảng bài, em có hiểu được 100% không?
베트남 교수님이 강의할 때 100% 이해하나요?

① 베트남 교수님 말이 굉장히 빠르셔서 이해하기 어렵습니다.
Dạ em thấy khó hiểu vì giáo sư người Việt Nam nói nhanh lắm ạ.

② 대부분 이해합니다. 만약 몇몇 단어가 이해가 안 되면 사전을 찾습니다.
Hầu hết em hiểu được. Nếu một số từ vựng không hiểu thì tra từ điển.

8. Ở Hàn Quốc có nhiều trường đại học có khoa tiếng Việt không?
한국에 베트남어과가 있는 대학교가 많나요?

① 확실히 잘 모르겠습니다.
Tôi không biết chắc chắn.

② 베트남어과가 있는 대학교는 한국에 3곳밖에 없습니다.
Ở Hàn Quốc chỉ có 3 trường đại học có khoa tiếng Việt.

● về : ~에 대해서 / ~로 되돌아가다

'về'라는 단어는 보통 '~에 돌아가다'로 해석되지만, '~에 대해서'라는 뜻도 있습니다.

(1) ~에 대해서

Tôi sẽ giới thiệu về Việt Nam. 저는 베트남에 대해서 소개하겠습니다.

Anh ấy luôn luôn suy nghĩ kỹ về công việc. 그는 업무에 대해서 항상 신중하게 생각한다.

Chị ấy hay nhớ về quá khứ. 그녀는 과거에 대해서 자주 그리워한다.

(2) ~로 되돌아가다

Tôi sẽ đi về nhà. 저는 집에 갑니다. (* 베트남어는 '집에 가다'라는 표현을 '집으로 돌아가다'라고 합니다.)

Tôi sẽ về nước. 나는 귀국할 것이다. (* '고국으로 돌아가다'의 표현으로 '돌아가다'라는 표현을 사용합니다.)

Tôi sẽ mua vé máy bay chuyến về. 나는 오는 편 항공권만 살 거예요.

● 어휘 익히기

(1) 과목별 표현

văn hóa	문화	xã hội	사회
văn học	문학	khoa học	과학
lịch sử	역사	máy vi tính	컴퓨터
triết học	철학	luân lí	윤리
tiếng Anh	영어	Hán tự	한자

(2) 전공

kinh doanh	경영	hành chính	행정
kinh tế	경제	luật học	법학
quốc tế	국제	kiến trúc	건축
Anh ngữ	영문	thương mại	무역
chính trị	정치	kế toán	회계

주제에 관한 다양하고 유용한 표현들입니다. 자신에게 맞는 문장을 체크하고 재미있는 스토리를 만들어보세요. 어떤 질문에도 당황하지 않고 나만의 표현력은 물론, 논리력에도 자신감이 생깁니다.

☐ 제 전공은 마케팅입니다.

Chuyên ngành của em là tiếp thị ạ.

☐ 저는 무역에 관심이 많습니다.

Em rất quan tâm đến thương mại ạ.

☐ 가장 어려운 것은 영어 번역입니다.

Em thấy khó nhất là dịch tiếng Anh.

☐ 저는 제 전공에 대해 아주 만족합니다.

Em rất hài lòng về chuyên ngành của mình.

☐ 저는 저만의 특별함이 필요합니다.

Em cần đặc trưng riêng của mình.

☐ 누구든 대기업에서 일하고 싶어 합니다.

Ai cũng muốn làm việc ở công ty lớn.

☐ 회계와 광고 전략에 대해 공부합니다.

Học về chiến lược quảng cáo và kế toán.

☐ 저는 베트남어 시험 자격증을 준비 중입니다.

Em đang chuẩn bị chứng chỉ thi tiếng Việt.

☐ 저는 유학을 굉장히 가고 싶습니다.

Em rất muốn đi du học.

☐ 저는 정치를 더 공부하고 싶습니다.

Em muốn học chính trị nữa.

IL

: Intermediate Low

1~5과

주요 문형을 이해하고 정확한 문장 구조에 맞게 문장을 구사할 수 있는 단계입니다. 기본 문형을 활용하여 일반적인 비즈니스 상황에서 기본적인 의사소통이 가능한 수준으로, 정해진 양식에 맞춰 간단한 이메일 작성 또는 내용을 전달할 수 있습니다.

Tại sao em học tiếng Việt?

당신은 왜 베트남어를 공부하나요?

베트남어를 배운 기간, 이유, 느낀 점 등은 베트남어 OPI 시험에서 출제 빈도가 가장 높은 질문 중 하나입니다. 다양한 표현으로 답변을 준비해 보세요.

핵심 패턴

- bằng : ～만큼
- hơn : ～보다
- nhất : 가장/제일 ～

다양한 질문 유형 파악하기

- **Anh/Chị học tiếng Việt để làm gì?** 당신은 무엇을 하기 위해 베트남어를 공부하나요?

- **Anh/Chị thích học tiếng Việt không?** 당신은 베트남어 공부를 좋아합니까?

① Anh/Chị học tiếng Việt được bao lâu rồi?
당신은 베트남어를 공부한 지 얼마나 되었습니까?

➜ Tôi học tiếng Việt được 6 tháng rồi.
저는 베트남어를 공부한 지 6개월 되었습니다.

② Anh/Chị học tiếng Việt ở đâu?
당신은 베트남어 공부를 어디에서 했습니까?

➜ Tôi đã học tiếng Việt ở một trung tâm ngoại ngữ tại/ở Thành Phố Seoul. 저는 서울에 있는 외국어학원에서 베트남어를 공부했습니다.

③ Anh/Chị học tiếng Việt với ai?
당신은 누구와 베트남어 공부를 하나요?

➜ Tôi học tiếng Việt với một cô giáo người Hàn Quốc.
저는 한국 여자 선생님과 베트남어 공부를 합니다.

핵심 패턴 익히기

● **bằng** : ~만큼

앞의 내용과 같은 양이나 정도를 나타내는 의존명사로 '~만큼'으로 해석됩니다.

주어1 + 형용사/부사 + bằng + 주어2

Tiếng Việt khó bằng tiếng Trung. 베트남어는 중국어만큼 어려워요.
Ca sĩ này đẹp bằng ca sĩ kia. 이 가수는 저 가수만큼 예뻐요.

● **hơn** : ~보다

hơn의 앞에 나온 대상이 뒤의 상태/행동을 더 많이 한다는 뜻의 비교급에 해당하는
표현으로, '~보다 더 ~하다'라는 의미를 가집니다.

주어1 + 형용사/부사 + hơn + 주어2

Tiếng Việt hay hơn tiếng Trung Quốc. 베트남어가 중국어보다 재미있다.
Diễn viên này đẹp hơn diễn viên kia. 이 배우가 저 배우보다 예쁘다.

● **nhất** : 가장/제일 ~

최상급에 해당하는 표현으로 둘 이상의 상태 중 '가장 ~하다'라는 의미를 가집니다.

주어 + 형용사 + nhất

Bức tranh này đẹp nhất. 이 그림이 제일 아름다워요.
Học tiếng Việt thú vị nhất. 베트남어 공부가 가장 재밌어요.

이때, '~중에서 ~이 가장(제일) ~해요'라는 표현을 할 때에는 [주어＋형용사＋nhất＋trong
những＋목적어]로서 '목적어들 중에서 주어가 가장 형용사해요'라고 해석할 수 있습니다.

Học tiếng Việt thú vị nhất trong những ngoại ngữ.
외국어들 중에서 베트남어 공부가 가장 재미있어요.

☞ 이때 những은 복수 표현인 '~들'이므로 생략 가능합니다.

Tôi đang chuẩn bị xin việc và học tiếng Việt được 6 tháng rồi. Sau khi tốt nghiệp đại học, tôi đã chuẩn bị kỹ để xin việc nhưng dạo này rất khó tìm việc. Thế nên tôi đã tìm sức cạnh tranh riêng của mình và chọn tiếng Việt. Thật ra, tôi học tiếng Trung Quốc được 1 năm nên tôi nghĩ rằng học tiếng Việt không khó bằng tiếng Trung Quốc. Nhưng tôi thấy học tiếng Việt khó hơn tiếng Trung. Khi tôi học tiếng Việt, hay nhất là hội thoại còn khó nhất là phát âm. Vì trong tiếng Hàn Quốc không có thanh dấu nên đối với người Hàn Quốc khó làm quen với thanh dấu.

저는 취업을 준비하고 있고, 베트남어를 공부한 지 6개월 됐습니다. 대학을 졸업 후, 취업 준비에 공을 들였지만 요즘 구직이 매우 어렵습니다. 그래서 저는 나만의 경쟁력을 찾았고 베트남어를 선택하게 됐습니다. 사실 저는 중국어 공부를 1년 정도 했기 때문에 베트남어 공부가 중국어만큼 어렵지 않다고 생각했습니다. 그러나 제가 느끼기에는 중국어보다 베트남어가 더 어려운 듯합니다. 베트남어를 공부할 때 가장 재미있는 것은 회화이고, 가장 어려운 것은 발음입니다. 왜냐하면 한국어에는 성조가 없기 때문에 한국 사람에게 있어서 성조는 적응하기 어렵습니다.

---

* 주어 + nghĩ rằng + 서술어

'nghĩ'는 '생각하다'라는 뜻으로, 'nghĩ rằng 또는 nghĩ là'로 표현할 경우, '주어가 생각하기로 ~하다'로 해석할 수 있습니다.

Tôi nghĩ là anh ấy muốn nói chuyện với cô ấy. 내가 생각하기로는 그가 그녀와 이야기하고 싶어 하는 것 같아.

* đối với + 주어

'주어에게 있어서 ~하다'라는 뜻으로 '나에게 있어서, 또는 상대방에게 있어서'와 같이, 나 또는 상대의 생각과 감정을 이야기할 때 사용할 수 있습니다.

Đối với tôi, gia đình là quan trọng nhất. 나에게 있어서 가족이 가장 소중합니다.

새단어

- chuẩn bị 준비하다
- chọn 선택하다
- hội thoại 회화
- khó 어려운
- kỹ 신중하게, 공을 들이다
- lắm 매우

- phát âm 발음
- quen 익숙한
- riêng 개인의
- sức cạnh tranh 경쟁력
- thanh dấu 성조

- thú vị 재미있는
- thật sự (= thật ra ~) 사실은
- tìm 찾다
- để ~하기 위해서
- đối với ~에 대한, ~에 있어서

만들어 보세요! 나에게 맞는 스토리로 만들어 외워 보세요.

Tôi đang chuẩn bị xin việc và học tiếng Việt được 6 tháng rồi. Sau khi tốt nghiệp đại học, tôi đã chuẩn bị kỹ để xin việc nhưng dạo này rất khó tìm việc. Thế nên tôi đã tìm sức cạnh tranh riêng của mình và chọn tiếng Việt. Thật ra, tôi học ① [공부했던 언어] được 1 năm nên tôi nghĩ rằng học tiếng Việt không khó bằng ① [공부했던 언어]. Nhưng tôi thấy học tiếng Việt khó hơn ① [공부했던 언어]. Khi tôi học tiếng Việt, hay nhất là ② [재미있는 부분] còn khó nhất là ② [어려운 부분]. ③ [어려운 이유]

저는 취업을 준비하고 있고, 베트남어를 공부한 지 6개월 됐습니다. 대학을 졸업 후, 취업 준비에 공을 들였지만 요즘 구직이 매우 어렵습니다. 그래서 저는 나만의 경쟁력을 찾았고 베트남어를 선택하게 됐습니다. 사실 저는 ① 　　공부를 1년 정도 했기 때문에 베트남어 공부가 ① 　　만큼 어렵지 않다고 생각했습니다. 그러나 제가 느끼기에는 ① 　　보다 베트남어가 더 어려운 듯합니다. 베트남어를 공부할 때 가장 재미있는 것은 ② 　　이고, 가장 어려운 것은 ② 　　입니다. ③

패턴별 다른 표현들　나에게 맞는 표현을 찾아 위의 문장에 대입시켜 보세요.

① 공부했던 언어	영어	tiếng Anh	스페인어	tiếng Tây Ban Nha
	프랑스어	tiếng Pháp	일본어	tiếng Nhật
	폴란드어	tiếng Ba Lan		

② 베트남어의 재미있고 어려운 부분	문법 ngữ pháp	듣기 nghe	말하기 nói

③ 어려운 이유	어순	Vì trật tự của tiếng Việt và tiếng Hàn khác nhau. 왜냐하면 베트남어와 한국어의 어순이 서로 다릅니다.
	듣기	Vì người Việt Nam nói rất nhanh. Vì vậy 베트남 사람들은 말이 너무 빠릅니다.
	말하기	Vì trong tiếng Việt có 6 thanh dấu nên rất hay nhầm và phức tạp. 왜냐하면 베트남어에는 6성조가 있어서 복잡하고 헷갈립니다.

* 〈부록〉 기초 단어를 활용해 다양한 표현을 만들어 보세요.

1. Anh/Chị đã tốt nghiệp chưa? 당신은 졸업했습니까?

   ① 저는 졸업했습니다.

   Dạ tôi đã tốt nghiệp rồi.

   ② 저는 곧 졸업합니다.

   Dạ tôi sắp tốt nghiệp.

2. Chuyên ngành của anh/chị là kinh doanh học vậy tại sao lại học tiếng Việt? 당신의 전공은 경영학인데 왜 베트남어를 공부하나요?

   ① 왜냐하면 저는 외국어 공부를 좋아합니다.

   Vì tôi thích học ngoại ngữ.

   ② 저는 취업을 하고 싶은데 저만의 경쟁력이 필요해서입니다.

   Vì tôi muốn xin việc mà tôi cần có sức cạnh tranh của riêng mình.

3. Anh/Chị học tiếng Việt được bao lâu rồi? 베트남어를 배운지 얼마나 됐습니까?

   ① 저는 이제 막 베트남어를 공부하기 시작했습니다.

   Tôi mới bắt đầu học tiếng Việt.

   ② 저는 베트남어를 공부한 지 약 5~6개월 됐습니다.

   Tôi học tiếng Việt khoảng 5~6 tháng rồi.

4. Anh/Chị học tiếng Việt ở đâu và với ai? 베트남어를 어디에서 누구와 공부했습니까?

   ① 저는 외국어 학원에서 선생님과 공부했습니다.

   Tôi học tiếng Việt với giáo viên ở trung tâm ngoại ngữ.

   ② 저는 베트남어 공부를 독학했습니다.

   Tôi tự học tiếng Việt.

5. Giáo viên là người Hàn Quốc hay là người Việt Nam?

선생님은 한국 사람입니까 아니면 베트남 사람입니까?

① 제 선생님은 한국 사람입니다.

Giáo viên của tôi là người Hàn Quốc.

② 저는 베트남 여자 선생님과 공부했습니다.

Tôi học tiếng Việt với một cô giáo người Việt Nam.

6. Tại sao học tiếng Việt với cô giáo người Hàn Quốc?

왜 한국 선생님과 베트남어 공부를 했나요?

① 처음, 베트남 여자 선생님과 베트남어 공부를 했지만 선생님의 설명이 어려워서 이해되지 않았습니다.

Đầu tiên, tôi đã học tiếng Việt với cô giáo người Việt Nam, nhưng cô giáo giải thích khó hiểu lắm.

② 왜냐하면 한국 선생님 설명이 더 쉽습니다.

Vì giáo viên người Hàn Quốc giải thích dễ hơn.

7. Khi học tiếng Việt cái gì khó nhất? 베트남어를 공부할 때, 가장 어려운 점이 무엇입니까?

① 저는 성조와 발음이 가장 어려웠습니다.

Tôi thấy khó nhất là phát âm và thanh dấu.

② 가장 어려운 것은 듣기입니다.

Tôi thấy khó nhất là nghe.

8. Khi học tiếng Việt cái gì thú vị nhất? 베트남어를 공부할 때, 가장 재밌는 점이 무엇입니까?

① 베트남 사람과 이야기할 때 가장 재미있습니다.

Khi nói chuyện với người Việt Nam là thú vị nhất.

② 베트남어를 공부할 때 가장 재밌는 것은 베트남 유튜브를 보고 이해하는 것입니다.

Khi tôi học tiếng Việt hay nhất là xem YouTube của Việt Nam và hiểu nó.

Tôi là nhân viên công ty thực phẩm. Công ty chúng tôi có nhiều chi nhánh trên thế giới. Tuy nhiên, thời gian gần đây Việt Nam càng ngày càng phát triển nên tôi thường đi công tác ở Việt Nam. Khi đến Việt Nam, tôi rất ngạc nhiên. Vì Việt Nam khá tốt và có nhiều tiềm năng phát triển. Hơn nữa người Việt Nam vừa thông minh vừa tốt bụng. Lúc đó, tôi không biết tiếng Việt nên nói chuyện bằng tiếng Anh, vì thế tôi rất tiếc. Dạo này tôi đang học tiếng Việt rất chăm chỉ để nói chuyện với nhân viên của chúng tôi. Học tiếng Việt rất thú vị mặc dù khó và mệt. Tôi sẽ không từ bỏ học tiếng Việt.

저는 식품회사 직원입니다. 우리 회사는 세계적으로 많은 지사가 있습니다. 그런데 요즘 베트남이 나날이 발전함에 따라 베트남으로 자주 출장을 갑니다. 제가 베트남에 갔을 때, 굉장히 놀랐습니다. 왜냐하면 베트남은 꽤 좋았고, 잠재적 발전 가능성이 많았습니다. 게다가 베트남 사람 역시 똑똑하면서 성격도 좋았습니다. 그때, 저는 베트남어를 몰라서 영어로만 대화해서, 매우 아쉬웠습니다. 요즘 저는 우리 회사 베트남 직원들과 이야기하기 위해 베트남어 공부를 열심히 합니다. 비록 힘들고 어렵더라도 베트남어 공부는 매우 재밌습니다. 저는 베트남어 공부를 포기하지 않을 겁니다.

* hay의 여러 가지 뜻
hay는 '자주, 재미있는, 잘하는, 혹은' 등의 여러 가지 뜻을 가지고 있으므로 문장의 의미를 잘 파악해야 합니다.

* mặc dù : 비록
'mặc dù/tuy'는 '비록'이란 뜻으로, 「나는 ~하다 + mặc dù/tuy + 아쉬운 표현」의 구조로 나타낼 수 있습니다.
　　Tôi sẽ tiếp tục học tiếng Việt mặc dù có khó khăn. 비록 어렵더라도 나는 계속해서 베트남어를 공부할 것이다.

▶ 새단어 ◀

- bỏ 포기하다, 버리다
- chi nhánh 지사, 대리점
- chúng tôi (청자 불포함) 우리
- chăm chỉ 열심히
- càng ~ càng ~ ~하면 할수록
- công ty 회사
- công tác 출장
- hay 자주, 혹은

- hơn nữa 게다가, 그뿐만 아니라
- khá 꽤
- khả năng 가능성
- lúc đó 그때
- ngạc nhiên 깜짝 놀라다
- nói chuyện 이야기하다
- phát triển 발전하다

- thông minh 총명한, 똑똑한
- thực phẩm 식품
- tiếc 아쉬운, 안타까운, 유감스러운
- tiềm năng 잠재적
- trên thế giới 세상에서, 세계적으로
- tốt bụng 성격이 좋은
- tốt 좋은

Tôi là nhân viên công ty thực phẩm. Công ty chúng tôi có nhiều chi nhánh trên thế giới. Tuy nhiên, thời gian gần đây Việt Nam càng ngày càng phát triển nên tôi thường đi công tác ở Việt Nam. Khi đến Việt Nam, tôi rất ngạc nhiên. Vì ① ⬜⬜⬜⬜⬜ (베트남에 대한 느낌) ⬜⬜⬜⬜⬜. Hơn nữa người Việt Nam ② ⬜⬜⬜⬜⬜ (베트남 사람에 대한 느낌) ⬜⬜⬜⬜⬜. Lúc đó, tôi không biết tiếng Việt nên nói chuyện bằng tiếng Anh, vì thế tôi rất tiếc. Dạo này tôi đang học tiếng Việt rất chăm chỉ để nói chuyện với nhân viên của chúng tôi. Học tiếng Việt rất thú vị mặc dù khó và mệt. Tôi sẽ không từ bỏ học tiếng Việt.

저는 식품회사 직원입니다. 우리 회사는 세계적으로 많은 지사가 있습니다. 그런데 요즘 베트남이 나날이 발전함에 따라 베트남으로 자주 출장을 갑니다. 제가 베트남에 갔을 때, 굉장히 놀랐습니다. 왜냐하면 ① ⬜⬜⬜ ⬜⬜⬜. 게다가 베트남 사람 역시 ② ⬜⬜⬜ ⬜⬜⬜. 그때, 저는 베트남어를 몰라서 영어로만 대화해서, 매우 아쉬웠습니다. 요즘 저는 우리 회사 베트남 직원들과 이야기하기 위해 베트남어 공부를 열심히 합니다. 비록 힘들고 어렵더라도 베트남어 공부는 매우 재밌습니다. 저는 베트남어 공부를 포기하지 않을 겁니다.

패턴별 다른 표현들 | 나에게 맞는 표현을 찾아 위의 문장에 대입시켜 보세요.

①	베트남에 대한 느낌	베트남은 더웠지만 매우 아름다웠어요	Việt Nam rất nóng nhưng rất đẹp
		베트남은 굉장히 많이 발전했어요	Việt Nam phát triển rất mạnh mẽ
		베트남에는 한국 회사가 많았어요	ở Việt Nam có nhiều công ty Hàn Quốc
②	베트남 사람에 대한 느낌	매우 착했어요	rất hiền
		저에게 매우 친절했어요	rất thân thiện với tôi
		예쁘고 귀여웠어요	vừa đẹp vừa dễ thương

* 〈부록〉 기초 단어를 활용해 다양한 표현을 만들어 보세요.

1. Anh/Chị học tiếng Việt ở trung tâm hay tự học?
   베트남어를 학원에서 배웠나요 아니면 혼자 공부했나요?

   ① 저는 회사에서 베트남어를 공부했습니다.
   Tôi đã học tiếng Việt ở công ty.

   ② 저는 베트남어를 독학했습니다.
   Tôi tự học tiếng Việt.

2. Vừa làm việc vừa học tiếng Việt thì chắc là không dễ, bạn đã học như thế nào vậy? 일하면서 베트남어를 공부하기 쉽지 않았을 텐데, 어떻게 공부했나요?

   ① 퇴근 후, 항상 인터넷 강의를 봤습니다.
   Sau khi tan sở, tôi thường xem bài giảng trên internet.

   ② 출근하고 퇴근할 때, 베트남 관련 유튜브나 라디오를 듣도록 노력했습니다.
   Khi đi làm và về nhà, tôi cố gắng nghe radio và xem youtube liên quan đến Việt Nam.

3. Khi học tiếng Việt, yếu tố nào khiến anh/chị hay bị nhầm lẫn nhất?
   베트남어를 공부할 때 가장 헷갈리는 요소가 무엇입니까?

   ① 저는 성조가 헷갈립니다.
   Tôi luôn luôn nhầm thanh dấu.

   ② 저는 베트남어 어순을 자주 틀립니다.
   Tôi hay sai trật tự tiếng Việt.

4. Nhân viên người Việt Nam có nói tiếng Anh giỏi không?
   베트남 직원들은 영어를 잘하나요?

   ① 베트남 직원들은 영어를 굉장히 잘합니다.
   Dạ nhân viên người Việt Nam nói tiếng Anh giỏi lắm.

   ② 아니요. 몇몇은 영어를 모릅니다.
   Dạ không. Một số người không biết tiếng Anh.

5. Anh/Chị nói chuyện với người Việt Nam bao giờ chưa?

베트남 사람과 베트남어로 대화해 본 적이 있습니까?

① 당연히 있죠.

Dạ có chứ.

② 저는 아직 베트남 사람과 이야기해본 적이 없습니다.

Dạ tôi chưa bao giờ nói chuyện với người Việt Nam.

6. Cảm nhận của anh/chị khi nói chuyện với người Việt Nam thế nào?

베트남 사람과 대화 한 소감은 어떤가요?

① 베트남 사람들은 말이 너무 빨라서 듣기가 매우 어려웠습니다.

Tôi thấy người Việt Nam nói rất nhanh nên khó nghe lắm.

② 비록 모두 이해하지 못했지만 재밌었습니다.

Tôi thấy rất thú vị mặc dù không hiểu hết.

7. Khi anh/chị học tiếng Việt, anh/chị nghĩ mình yếu nhất điểm gì?

베트남어를 공부할 때, 당신이 가장 부족하다고 생각하는 점은 무엇인가요?

① 저는 성조 외우는 것이 가장 약합니다.

Tôi thấy yếu nhất là thuộc lòng thanh dấu.

② 저는 베트남 사람과 이야기할 때 자신감이 없어서 좀 두렵습니다.

Khi tôi nói chuyện với người Việt Nam thì rất ngại vì không tự tin lắm.

8. Trong một ngày anh/chị học tiếng Việt mấy tiếng?

당신은 하루에 몇 시간 정도 베트남어를 공부하나요?

① 저는 보통 매일 1시간씩 공부합니다.

Tôi thường học tiếng Việt trong 1 tiếng đồng hồ vào mỗi ngày.

② 정확히 모르겠습니다. 아마 하루에 2~3시간씩 공부합니다.

Tôi không biết chính xác. Chắc là học khoảng 2~3 tiếng trong một ngày.

 **학습 더하기⁺**

● để : ~하기 위해서

để는 '~하기 위해, ~하려고'의 의미로, 「행동＋để＋목적」의 구조를 가집니다.

Tôi học tiếng Việt để làm việc ở Việt Nam.

저는 베트남에서 일하기 위해 베트남어 공부를 합니다.

Tôi làm việc để kiếm tiền.

저는 돈을 벌기 위해서 일합니다.

Tôi thường xuyên luyện tập phát âm tiếng Việt để nói chuyện với người Việt Nam.
저는 베트남 사람과 이야기하기 위해서 항상 베트남어 발음 연습을 합니다.

● 어휘 익히기

(1) 베트남어 영역

ngữ pháp	문법	nói	말하기
từ vựng	어휘	viết	쓰기
phát âm	발음	đọc hiểu	독해
thanh điệu / thanh dấu	성조	đọc	읽기
nghe	듣기	hội thoại	회화

(2) 느낌(형용사)

khó	어려운	dễ	쉬운
thú vị / hay	재미있는	không hay / không thú vị	재미없는
không khó	어렵지 않은	không dễ	쉽지 않은
phức tạp	복잡한	đơn giản	간단한
nhầm	헷갈리는	khó hiểu	이해하기 어려운

주제에 관한 다양하고 유용한 표현들입니다. 자신에게 맞는 문장을 체크하고 재미있는 스토리를 만들어보세요. 어떤 질문에도 당황하지 않고 나만의 표현력은 물론, 논리력에도 자신감이 생깁니다.

☐ 저는 베트남어를 공부한 지 1~2개월밖에 안 됐습니다.
Em học tiếng Việt mới được 1~2 tháng thôi.

☐ 저는 인터넷에서 베트남어 공부를 했습니다.
Em học tiếng Việt trên mạng.

☐ 저는 외국어학원에서 베트남어를 공부했습니다.
Tôi đã học tiếng Việt ở một trung tâm ngoại ngữ.

☐ 베트남어를 공부할 때 가장 재미있는 것은 베트남인과 대화하기입니다.
Khi em học tiếng Việt, hay nhất là nói chuyện với người Việt Nam.

☐ 한국어에는 성조가 없습니다.
Trong tiếng Hàn Quốc không có thanh dấu.

☐ 저는 이제 막 귀국했습니다.
Em mới về Hàn Quốc.

☐ 인터넷으로 베트남어 공부할 때 시간을 절약할 수 있었습니다.
Khi học tiếng Việt trên mạng có thể tiết kiệm thời gian.

☐ 저는 영어와 비교했을 때 베트남어 문법이 더 쉽다고 느낍니다.
Em thấy ngữ pháp tiếng Việt dễ hơn so với tiếng Anh.

☐ 저는 계속 베트남어 공부를 할 것입니다.
Em sẽ tiếp tục học tiếng Việt.

☐ 저는 외국어 공부를 좋아하는데, 특히 베트남어 공부가 좋습니다.
Em rất thích học ngoại ngữ, đặc biệt là tiếng Việt.

IL

: Intermediate Low

1~5과

주요 문형을 이해하고 정확한 문장 구조에 맞게 문장을 구사할 수 있는 단계입니다. 기본 문형을 활용하여 일반적인 비즈니스 상황에서 기본적인 의사소통이 가능한 수준으로, 정해진 양식에 맞춰 간단한 이메일 작성 또는 내용을 전달할 수 있습니다.

Khi rỗi, bạn thường làm gì?

한가할 때 당신은 보통 무엇을 합니까?

여가시간의 활용 등 다양한 일상표현과 베트남어 OPI 시험 질
문 중 상식에 해당하는 숫자와 요일도 함께 학습해 보세요.

핵심 패턴

- luôn luôn : 항상
- hay : 자주
- thường : 보통, 주로
- thỉnh thoảng / đôi khi : 때때로 / 가끔
- ít khi : 드물게

다양한 질문 유형 파악하기

"여가 활동"의 다양한 질문 유형입니다. 🎧 05-1

- ## Khi có thời gian, bạn thường làm gì?
  시간이 있을 때, 당신은 보통 무엇을 합니까?

- ## Khi rỗi(rảnh), anh/chị thường làm gì?
  한가할 때, 당신은 보통 무엇을 합니까?

"여가 활동"에 관한 다른 표현의 질문들입니다. 🎧 05-2

① **Bạn thường đi chơi ở đâu?** 당신은 보통 어디로 놀러 가나요?

➡ **Tôi thường đi chơi ở trung tâm mua sắm.** 저는 보통 쇼핑센터를 갑니다.

② **Cuối tuần bạn thường làm gì?**
주말에 당신은 보통 무엇을 합니까?

➡ **Cuối tuần tôi thường nghỉ ở nhà hoặc đi xem phim.**
주말에 저는 보통 집에서 쉬거나 영화를 봅니다.

③ **Khi có thời gian thì bạn thường làm gì?**
시간이 있을 때, 당신은 보통 무엇을 하나요?

➡ **Khi có thời gian tôi thường đi dạo với chó con.**
시간이 있을 때 저는 보통 강아지와 산책합니다.

핵심 패턴 익히기

주어 + 빈도 부사 + 서술어

● luôn luôn : 항상

'항상'이라는 뜻으로, 문장에서 '주어는 항상 ~하다'라는 의미로 표현됩니다.

Khi tôi buồn, tôi luôn luôn đi dạo ở công viên.

우울할 때, 나는 항상 공원에서 산책해요.

● hay : 자주

'자주'라는 뜻으로, 문장에서 '주어는 자주 ~하다'라는 의미로 표현됩니다.

Tôi hay đi thư viện để đọc sách. 나는 독서하러 자주 도서관에 가요.

● thường : 보통, 주로

'보통, 주로'라는 뜻으로, 문장에서 '주어는 보통 ~하다'라는 의미로 표현됩니다.

Tôi thường đi chợ với mẹ. 나는 보통 엄마와 시장에 가요.

● thỉnh thoảng / đôi khi : 때때로 / 가끔

'때때로/가끔'이라는 뜻으로, 문장에서 '주어는 때때로/가끔 ~하다'라는 의미로 표현됩니다.

Tôi thỉnh thoảng đi nhà sách. 저는 가끔 서점에 가요.

● ít khi : 드물게

'드물게'라는 뜻으로, 어떠한 행위를 거의 하지 않을 때 사용합니다. 문장에서 '주어는 드물게 ~하다' 또는 '주어는 ~을 거의 하지 않는다'라는 의미로 표현됩니다.

Tôi ít khi uống rượu. 나는 술을 거의 안 마셔요.

> **Tip**
>
> * thỉnh thoảng / đôi khi와 ít khi는 단독으로도 사용 가능합니다.
>
>   A : Bạn hay uống rượu không? 너는 자주 술 마시지?　　　 B : Không. Thỉnh thoảng thôi. 아니. 가끔만.
>
> * thường은 빈도 부사로 '보통, 주로'라는 뜻으로 서술어와 함께 결합하지만, 정도 부사의 의미로 bình thường(보통이야, 그저 그래)라는 뜻으로 단독 사용이 가능합니다.
>
>   A : Hôm nay em thế nào? 오늘 어때?　　　 B : Bình thường. 그저 그래.

Từ thứ hai đến thứ sáu tôi thường học hoặc làm rất nhiều việc. Thỉnh thoảng tôi bị căng thẳng vì có nhiều việc nên tôi luôn luôn mong chờ cuối tuần. Trước khi xin việc, tôi bị căng thẳng để tìm việc còn sau khi xin việc, tôi bị căng thẳng vì công việc. Thế nên khi có nhiều thời gian rỗi, tôi cố gắng giải tỏa căng thẳng. Khi rỗi, tôi thường đi xem phim, đi mua sắm hoặc đi uống rượu với những người bạn cũ. Lúc đó, tôi thấy rất thoải mái và hạnh phúc.

월요일부터 금요일까지 저는 많은 일을 하거나 공부를 해요. 저는 많은 업무 때문에 때때로 스트레스를 받아서 저는 항상 주말을 기다려요. 취업 전에는 구직하는 것 때문에 스트레스를 받았고, 취업 후에는 업무 때문에 스트레스를 받아요. 그렇기 때문에 시간이 많이 있을 때 스트레스를 풀려고 노력해요. 한가할 때, 영화를 보러 간다거나, 쇼핑을 하러 간다거나 혹은 오래된 친구들과 함께 술을 마셔요. 그때 저는 매우 행복하고 기분이 좋아요.

---

* từ ~ đến ~ : ~부터 ~까지

　　Từ **thứ hai** đến **thứ sáu** 월요일부터 금요일까지

　　Từ **số một** đến **số mười** 1부터 10까지　　　　(☞ **số** : 숫자　**số 1** : 1번)

◀ 새단어 ▶

□ bị căng thẳng 스트레스를 받다　　　□ hạnh phúc 행복한　　　　□ rỗi(= rảnh) 한가하다
□ cuối tuần 주말　　　　　　　　　　□ học 공부하다　　　　　　□ thoải mái 즐거운, 기분 좋은
□ còn 그리고　　　　　　　　　　　　□ khi ~할 때　　　　　　　□ trước khi ~하기 전
□ có nhiều việc 일이 많이 있다　　　　□ làm việc 일하다　　　　　□ tìm việc 구직하다
□ có 있다, 가지고 있다　　　　　　　□ làm 하다　　　　　　　　□ uống rượu 술을 마시다
□ công việc 업무, 일　　　　　　　　□ mua sắm 쇼핑을 하다　　　□ xem phim 영화를 보다
□ cố gắng 노력하다　　　　　　　　　□ những người bạn cũ 오래된 친구들　□ xin việc 취업하다
□ giải tỏa 해소하다　　　　　　　　　□ nên 그래서　　　　　　　□ đi 가다
□ hoặc là(= hay là, hoặc, hay) 혹은　□ rất 매우　　　　　　　　□ đợi(= chờ) 기다리다

만들어 보세요! 나에게 맞는 스토리로 만들어 외워 보세요.

Từ thứ hai đến thứ sáu tôi thường học hoặc làm rất nhiều việc. Thỉnh thoảng tôi bị căng thẳng vì ① (스트레스를 받는 이유) nên tôi luôn luôn mong chờ cuối tuần. Trước khi xin việc, tôi bị căng thẳng để ② (스트레스 요인) còn sau khi xin việc, tôi bị căng thẳng vì công việc. Thế nên khi có nhiều thời gian rỗi, tôi cố gắng giải tỏa căng thẳng. Khi rỗi, tôi thường ③ (스트레스를 받을 때 하는 것) . Lúc đó, tôi thấy rất thoải mái và hạnh phúc.

월요일부터 금요일까지 저는 많은 일을 하거나 공부를 해요. 저는 ① _____ 때문에 때때로 스트레스를 받아서 저는 항상 주말을 기다려요. 취업 전에는 ② _____ 때문에 스트레스를 받았고, 취업 후에는 업무 때문에 스트레스를 받아요. 그렇기 때문에 시간이 많이 있을 때 스트레스를 풀려고 노력해요. 한가할 때, ③ _____ . 그때 저는 매우 행복하고 기분이 좋아요.

패턴별 다른 표현들   나에게 맞는 표현을 찾아 위의 문장에 대입시켜 보세요.

① 스트레스를 받는 이유	손님과의 관계	quan hệ với khách hàng	
	이직하다	chuyển việc / đổi việc	
	많은 돈을 벌지 못하다	không kiếm tiền nhiều	
② 스트레스 요인	대학 졸업하다	tốt nghiệp đại học	
	취업 스펙(자격증) 준비하다	chuẩn bị chứng chỉ xin việc	
③ 스트레스를 받을 때 하는 것	운동하러 가다	đi tập thể dục	
	아무것도 하지 않는다	không làm gì cả	
	미용실에 가다	đi tiệm cắt tóc	

＊〈부록〉 기초 단어를 활용해 다양한 표현을 만들어 보세요.

1. Hôm qua anh/chị đã làm gì? 어제 당신은 무엇을 했습니까?

　① 저는 어제 일을 했습니다.
　　Hôm qua, tôi đã làm việc ạ.

　② 저는 어제 집에서 공부만 했습니다.
　　Tôi đã học ở nhà thôi.

2. Hãy đếm (nói) từ số một đến số mười. 1부터 10까지 말해 보세요.

　① 네, 1 2 3 4 5 6 7 8 9 10
　　Dạ, một hai ba bốn năm sáu bảy tám chín mười

> **Tip**
> * 가끔 숫자를 세어 보라는 문제가 나옵니다. 이 때 꼭 1부터 10까지가 아니더라도 중간 숫자와
>   큰 숫자의 범위를 묻는 질문이 나오기도 합니다.

3. Ngày mai, anh/chị có kế hoạch gì đặc biệt không?
   내일 당신은 특별한 계획이 있습니까?

　① 아니요. 저는 내일 특별한 계획이 없습니다.
　　Dạ không. Ngày mai tôi không có kế hoạch gì đặc biệt.

　② 내일 저는 다른 도시로 출장을 갑니다.
　　Ngày mai tôi sẽ đi công tác ở thành phố khác.

4. Anh/Chị sẽ làm gì vào cuối tuần này?
   이번 주말에 무엇을 할 예정입니까?

　① 주말에 무엇을 할지 아직 결정하지 못했습니다.
　　Tôi chưa quyết định làm gì vào cuối tuần.

　② 이번 주말에 애인과 영화를 보러 갈 것입니다.
　　Tôi sẽ đi xem phim cùng người yêu.

5. Khi có thời gian, anh/chị thường làm gì? 시간이 있을 때, 당신은 보통 무엇을 합니까?
   (= Khi rỗi, anh/chị thường làm gì? / = Khi rảnh, anh/chị thường làm gì?)

   ① 저는 보통 독서를 합니다.
      Tôi thường đọc sách.

   ② 저는 보통 베트남어 공부를 합니다.
      Tôi thường học tiếng Việt.

6. Khi mệt mỏi do công việc, anh/chị thường làm gì?
   일(업무)에 지칠 때, 당신은 보통 무엇을 합니까?

   ① 저는 혼자 여행을 갑니다.
      Tôi thường đi du lịch một mình.

   ② 저는 드라이브를 하면서 긍정적인 생각을 하려고 노력합니다.
      Tôi cố gắng vừa suy nghĩ tích cực vừa lái xe.

7. Nguyên nhân chủ yếu của việc căng thẳng là gì?
   스트레스의 주요 원인이 무엇인가요?

   ① 아마 많은 업무 때문인 것 같습니다.
      Chắc là vì có nhiều việc.

   ② 무엇을 해야 하는지 몰라서 더 스트레스 받는 것 같습니다.
      Vì tôi không biết làm cái gì nên bị căng thẳng nhiều hơn.

8. Khi bị căng thẳng, anh/chị thường làm gì?
   스트레스를 받을 때, 당신은 보통 무엇을 하나요?

   ① 스트레스를 받을 때, 저는 보통 오랜 친구들과 수다를 떨어요.
      Khi tôi bị căng thẳng, tôi thường nói chuyện với những người bạn cũ.

   ② 저는 보통 만화책을 읽거나 애니메이션을 봐요.
      Tôi thường đọc truyện tranh hoặc là xem hoạt hình.

Tôi đã kết hôn khoảng 10 năm trước rồi. Tôi có một con trai cả đẹp trai và một con gái út dễ thương. Ngày bình thường tôi luôn luôn phải đi làm và khi về đến nhà thì đã là 8~9 giờ tối. Thật sự, sau khi về nhà, tôi chỉ muốn nghỉ ngay nhưng lại không thể như vậy được. Vì các con đã đợi mình lâu nên phải chơi với các con. Một tuần tôi muốn nghỉ ngơi một ngày nhưng các con muốn đi chơi vào cuối tuần nên không thể nghỉ được. Thỉnh thoảng người quen hỏi tôi. "Khi rỗi, bạn thường làm gì?" hoặc "Sở thích của bạn là gì?" Lúc đó tôi trả lời. "Sở thích của tôi là chăm sóc con". Tôi rất hạnh phúc mặc dù rất mệt.

저는 10년 전에 결혼했습니다. 저에겐 귀여운 막내딸과 잘생긴 큰아들이 있습니다. 평일에 저는 항상 일을 가고 퇴근하면 저녁 8~9시 정도입니다. 사실은 퇴근하면 바로 쉬고 싶지만 그럴 수 없습니다. 왜냐하면 아이들이 오랜 시간 동안 저를 기다렸기 때문에 아이들과 놀아줘야 합니다. 저는 일주일에 하루는 쉬고 싶지만, 주말이면 아이들은 밖으로 놀러 가고 싶어 하기 때문에 쉴 수 없습니다. 가끔 지인이 저에게 묻습니다. "한가할 때, 뭐 하니?" 혹은 "취미가 뭐니?" 그때 저는 대답합니다. "내 취미는 애 보기야". 굉장히 힘들지만 저는 매우 행복합니다.

---

* con cả / con út : 장남 / 장녀
  con + trai (아들) : con + trai + cả (큰아들), con + trai + út (막내아들)
  con + gái (딸) : con + gái + cả (큰딸), con + gái + út (막내딸)
  thứ + 숫자 : con trai thứ hai (둘째 아들), con gái thứ ba (셋째 딸)

새단어

□ cho ~에게
□ chăm sóc 돌보다
□ dễ thương 귀여운
□ hỏi 묻다
□ khoảng 대략, 약
□ không thể ~할 수 없다
□ kết hôn 결혼하다

□ mệt 지친, 피곤한
□ một ngày 하루
□ một tuần 1주일
□ ngay 바로
□ nghỉ 쉬다
□ ngày bình thường 보통날(평일)
□ người quen 지인

□ trả lời 대답하다
□ tối 저녁
□ vào cuối tuần 주말에
□ về nhà 집에 가다, 퇴근하다
□ đã ~ rồi ~했다(과거완료)
□ đẹp trai 잘생긴
□ đợi (= chờ) 기다리다

만들어 보세요! 나에게 맞는 스토리로 만들어 외워 보세요.

① _____ (결혼한 시기) Tôi có ② _____ (자녀)
và ② _____ (자녀). Ngày bình thường tôi luôn luôn phải đi làm và khi về đến nhà thì đã là 8~9 giờ tối. Thật sự, sau khi về nhà, tôi chỉ muốn nghỉ ngay nhưng lại không thể như vậy được. Vì các con đã đợi mình lâu nên phải chơi với các con. Một tuần tôi muốn nghỉ ngơi một ngày nhưng các con muốn đi chơi vào cuối tuần nên không thể nghỉ được. Thỉnh thoảng người quen hỏi tôi. "Khi rỗi, bạn thường làm gì?" hoặc "Sở thích của bạn là gì?" Lúc đó tôi trả lời. ③" (취미) _____ _____ " Tôi rất hạnh phúc mặc dù rất mệt.

① _____ 저에겐 ② _____ 과 ② _____ 이 있습니다. 평일에 저는 항상 일을 가고 퇴근하면 저녁 8~9시 정도입니다. 사실은 퇴근하면 바로 쉬고 싶지만 그럴 수 없습니다. 왜냐하면 아이들이 오랜 시간 동안 저를 기다렸기 때문에 아이들과 놀아줘야 합니다. 저는 일주일에 하루는 쉬고 싶지만, 주말이면 아이들은 밖으로 놀러 가고 싶어 하기 때문에 쉴 수 없습니다. 가끔 지인이 저에게 묻습니다. "한가할 때 뭐 하니?" 혹은 "취미가 뭐니?" 그때 저는 대답합니다. ③" _____ " 굉장히 힘들지만 저는 매우 행복합니다.

패턴별 다른 표현들 | 나에게 맞는 표현을 찾아 위의 문장에 대입시켜 보세요.

① 결혼한 시기	저는 결혼한지 5년 되었습니다.	Tôi kết hôn được 5 năm rồi.
	3년 전, 저는 결혼했습니다.	3 năm trước, tôi đã lập gia đình.
	2000년에 저는 결혼했습니다.	Năm 2000, tôi đã kết hôn.
② 자녀	두명의 아들	hai con trai
	한명의 아들	một con trai
	두명의 딸	hai con gái
③ 취미	제 취미는 아이들과 놀아주기입니다.	Sở thích của tôi là chơi với các con.
	제 취미는 집 청소입니다.	Sở thích của tôi là dọn dẹp nhà.
	제 취미는 온 가족과 놀러 가기입니다.	Sở thích của tôi là đi chơi với cả gia đình.

＊〈부록〉 기초 단어를 활용해 다양한 표현을 만들어 보세요.

1. Trước khi kết hôn, sở thích của anh/chị là gì? 결혼 전, 당신의 취미는 무엇이었습니까?

　① 결혼 전, 저는 혼자 드라이브하는 것을 매우 좋아했습니다.
　　Trước khi kết hôn, tôi rất thích lái xe một mình.

　② 저는 커피숍에 자주 갔었어요.
　　Tôi hay đến quán cà phê.

2. Sau khi kết hôn, anh/chị không có thời gian nhàn rỗi à?
　결혼 후, 여가시간이 전혀 없나요?

　① 있지만 아주 조금뿐이에요.
　　Dạ có mà một chút thôi.

　② 아이들 때문에 없어요.
　　Dạ không có vì các con.

3. Anh/Chị thường chơi gì với các con? 아이들과 무엇을 하면서 놀아주나요?

　① 저는 보통 어린이공원에 가요.
　　Tôi thường đi công viên thiếu nhi.

　② 저는 보통 키즈카페에 가요.
　　Tôi thường đến quán cà phê dành cho thiếu nhi.

4. Thời gian một mình của anh/chị là khi nào? 언제 혼자만의 시간이 있나요?

　① 아이들이 다 자야 혼자만의 시간이 있어요.
　　Các con ngủ thì tôi mới có thời gian một mình.

　② 가족들이 다 자야 쉴 시간이 있어요.
　　Cả gia đình ngủ thì tôi mới có thời gian nghỉ.

5. Nếu có thời gian nhàn rỗi một mình thì anh/chị muốn làm gì?
만약 혼자만의 여가시간이 있다면 무엇을 하고 싶나요?

① 만약 혼자만의 여가시간이 있다면 세계여행을 하고 싶어요.

Nếu có thời gian nhàn rỗi một mình thì tôi muốn đi du lịch vòng quanh thế giới.

② 저는 그냥 하루 종일 자고 싶어요.

Tôi muốn ngủ suốt ngày thôi.

6. Gia đình anh/chị thường làm gì vào cuối tuần? 주말에 가족들끼리 보통 무엇을 하나요?

① 우리 가족은 주로 외식(맛집)을 해요(가요).

Cả gia đình tôi thường đến những nhà hàng nổi tiếng.

② 우리 가족은 보통 집에서 쉽니다.

Gia đình chúng tôi thường nghỉ ở nhà.

7. Theo anh/chị, việc gì lãng phí thời gian? 시간 낭비라고 생각되는 일이 있나요?

① 저는 쇼핑 가는 것이 다소 시간 낭비라고 생각됩니다. 그래서 저는 보통 인터넷으로 쇼핑을 합니다.

Tôi thấy đi mua sắm thì hơi tốn thời gian. Cho nên tôi thường mua sắm trên internet.

② 제 생각으로는 어떤 일이든 귀하므로 한 번도 시간 낭비라고 생각해본 적이 없습니다.

Theo tôi, làm gì cũng rất quý nên chưa bao giờ suy nghĩ về lãng phí thời gian.

8. Sau này anh/chị muốn làm gì cùng các con? 앞으로 아이들과 하고 싶은 것이 있나요?

① 저는 우리 가족과 세계일주를 해보고 싶습니다.

Tôi muốn đi du lịch vòng quanh thế giới với cả gia đình tôi.

② 저는 동물원을 가보고 싶습니다. 왜냐하면 저희 가족은 아직 그곳에 한 번도 놀러 가본 적이 없기 때문입니다.

Tôi muốn đi sở thú. Vì gia đình chúng tôi chưa bao giờ chơi ở đó cả.

학습 더하기⁺

● 십 단위

0	không
1	một
2	hai
3	ba
4	bốn
5	năm
6	sáu
7	bảy
8	tám
9	chín
10	mười

● 중요한 숫자 TIP

① 11 이후 : 십의 자리 숫자 + 일의 자리 숫자를 결합

    11 : mười một   **12 : mười hai**   **13 : mười ba ...**

② '15, 25, 35, …'의 5인 경우 : năm → lăm으로 변경

    15 : mười lăm   **25 : hai mươi lăm**   **35 : ba mươi lăm ...**

③ 20 이상 : 십(mười) 단위가 mươi로 변경

    20 : hai mươi   **30 : ba mươi**   **40 : bốn mươi**

④ '21, 31, 41, …'의 1인 경우 : một → mốt으로 변경

    21 : hai mươi mốt   **31 : ba mươi mốt**   **41 : bốn mươi mốt ...**

⑤ 24부터 일의 자리 숫자가 4인 경우 : bốn, tư 둘 다 가능

    24 : hai mươi bốn, hai mươi tư   **34 : ba mươi bốn, ba mươi tư**

    ☞ 넷이라는 표현 보다 한국어 '사'라는 표현을 할 때 베트남어도 'tư'를 사용합니다.

    4학년 : **năm thứ tư**   4월 : **tháng tư**

    하지만 시간과 시간을 표현하는 4개월, 4년에는 원래대로 **bốn**으로 사용합니다.

    4개월 : **4 tháng (bốn tháng)**   4년 : **4 năm (bốn năm)**

● 백 단위 이상

100	một trăm	0이 2개면 무조건 trăm
1000	một nghìn / ngàn	0이 3개면 무조건 nghìn / ngàn nghìn은 북쪽에서 사용 ngàn은 남쪽에서 사용
10,000	mười nghìn / ngàn	베트남은 콤마(,)를 기준으로 잘라서 읽습니다.
100,000	một trăm nghìn / ngàn	
1,000,000	một triệu	0이 여섯 개면 triệu
10,000,000	mười triệu	베트남은 콤마(,)를 기준으로 잘라서 읽습니다.
100,000,000	một trăm triệu	

* 베트남 숫자에서는 중간을 0으로 처리합니다.

101	một trăm linh một một trăm lẻ một	북쪽은 linh, 남쪽은 lẻ
1001	một nghìn không trăm linh một một ngàn không trăm lẻ một	백의 자리가 없다라는 의미로 không trăm을 사용하고 나머지 십의자리 0을 linh / lẻ로 채웁니다.
2019	① hai nghìn không trăm mười chín ② hai không một chín	①번은 위와 동일하며, ②번처럼 숫자를 하나씩 끊어서 읽을 수도 있습니다.

주제에 관한 다양하고 유용한 표현들입니다. 자신에게 맞는 문장을 체크하고 재미있는 스토리를 만들어보세요. 어떤 질문에도 당황하지 않고 나만의 표현력은 물론, 논리력에도 자신감이 생깁니다.

☐ 어제는 일요일이어서 저는 집에서 쉬었습니다.

Hôm qua là chủ nhật nên em đã nghỉ ở nhà.

☐ 주말에 저는 아무것도 하지 않습니다.

Em thường không làm gì cả vào cuối tuần.

☐ 우울할 때 저는 보통 드라마를 봅니다.

Khi buồn, em thường xem truyền hình.

☐ 저는 저녁에 항상 베트남어를 공부합니다.

Em luôn luôn học tiếng Việt vào buổi tối.

☐ 나는 술을 거의 마시지 않습니다.

Em ít khi uống rượu.

☐ 저는 가끔 스트레스를 받아요.

Em thỉnh thoảng bị căng thẳng.

☐ 저는 도서관에서 공부만 했습니다.

Em chỉ học ở thư viện thôi.

☐ 저는 다음 주에 출장 준비를 해야만 합니다.

Em phải chuẩn bị đi công tác vào cuối tuần sau.

☐ 취업 전에는 항상 공부만 했습니다.

Trước khi xin việc, em luôn luôn chỉ học thôi.

☐ 스트레스를 받을 때 자려고 노력합니다.

Khi em bị căng thẳng, em cố gắng ngủ.

IM

: Intermediate Mid

6~10과

익숙한 화제에 대해, 짧지만 비교적 자연스럽고 구체적으로 설명이 가능합니다.
1:1 응대가 가능하며 회의에서 전체적인 맥락을 파악할 수 있는 수준으로,
회의 중 간단한 의사 표현과 정해진 양식을 활용하여 문서 작성이 가능합니다.

Hãy giới thiệu về một ngày bình thường của mình.

당신의 하루 일과에 대해서 소개해 보세요.

하루 일과에 대한 질문은 출제 빈도가 높은 질문 중 하나입니다. 하루 일과에 대해 답변하고 이에 따른 접속사 표현도 함께 학습해 보세요.

핵심 패턴

- sau khi : ～한 후에
- trước khi : ～하기 전에
- ngay : 곧, 즉시
- sau đó : 그러고 나서
- trước đây : 예전에

다양한 **질문 유형** 파악하기

"하루 일과"의 다양한 질문 유형입니다.　　　　　　　　🎧 06-1

- **Anh/Chị giới thiệu về một ngày bình thường của mình được không?** 당신의 하루 일과에 대해서 소개해줄 수 있나요?

- **Một ngày bình thường của anh/chị như thế nào?**
  당신의 하루 일과는 어떤가요?

"하루 일과"에 관한 다른 표현의 질문들입니다.　　　　🎧 06-2

① Sáng nay anh/chị đã thức dậy lúc mấy giờ?
　오늘 아침에 당신은 몇 시에 일어났나요?

　➡ Sáng nay tôi đã thức dậy lúc 6 giờ rưỡi.
　　저는 오늘 아침 6시 반에 일어났습니다.

② Anh/Chị thường đi ngủ lúc mấy giờ?
　당신은 보통 몇 시에 잠을 자나요?

　➡ Tôi thường đi ngủ lúc 1 giờ sáng.
　　저는 보통 새벽 1시에 자러 갑니다.

③ Cuối tuần trước, anh/chị đã làm gì?
　지난 주말에 당신은 무엇을 했나요?

　➡ Sau khi gặp bạn để đi mua sắm, tôi đã đi về rồi dọn dẹp nhà cửa.
　　쇼핑하러 친구를 만난 후에, 집에 와서 집 청소를 했어요.

핵심 패턴 익히기

● **sau khi** : ～한 후에

> sau khi + 먼저 하는 행동 + 나중에 하는 행동

Sau khi học tiếng Việt, tôi sẽ xem phim. 베트남어 공부를 한 후에, 나는 영화를 볼 것이다.

> 나중에 하는 행동 + sau khi + 먼저 하는 행동

Tôi sẽ xem phim **sau khi** học tiếng Việt.

나는 영화를 볼 것이다 베트남어 공부를 한 후에. (= 베트남어 공부를 한 후에, 나는 영화를 볼 것이다.)

● **sau đó** : 그리고 나서

> 먼저 하는 행동 + sau đó + 나중에 하는 행동

Tôi sẽ học tiếng Việt, **sau đó** đi xem phim.

나는 베트남어 공부를 하고 나서 영화를 보러 갈 것이다.

● **trước khi** : ～하기 전에

> trước khi + 나중에 하는 행동 + 먼저 할 행동

Trước khi ăn cơm, tôi sẽ rửa tay. 식사하기 전에, 나는 손을 씻을 것이다.

> 먼저 할 행동 + trước khi + 나중에 하는 행동

Tôi sẽ rửa tay **trước khi** ăn cơm.

나는 손을 씻을 것이다 밥 먹기 전에. (= 나는 밥 먹기 전에 손을 씻을 것이다.)

● **trước đây** : 예전에

Trước đây tôi đã biết nhưng lâu lắm rồi nên quên mất.

예전에 알았는데 너무 오래돼서 잊어버렸어요.

● **ngay** : 곧, 즉시

Tôi sẽ học tiếng Việt **ngay**. 나는 베트남어 공부를 즉시 할 거예요.

Ngày không đi học thì tôi thường ngủ dậy muộn còn ngày đi học thì tôi thường thức dậy lúc 7 giờ 30 phút. Sau khi thức dậy tôi tắm và ăn sáng, sau đó đi ra ga tàu điện ngầm để đi học. Tôi học từ 9 giờ sáng đến 12 giờ trưa ở trường, sau đó ăn trưa ở căn tin với những người bạn của mình. Buổi chiều tôi thường học ở thư viện. Vào thứ hai, tư, sáu thì tôi học tiếng Việt ở trung tâm ngoại ngữ. Trước khi đi ngủ, tôi luôn luôn xem youtube hoặc xem tin tức. Mỗi ngày thời gian đi ngủ thường khác nhau nhưng(= Mỗi ngày thời gian đi ngủ không cố định nhưng) thường thì tôi đi ngủ lúc 12 giờ đêm.

학교에 가지 않는 날에는 보통 늦잠을 자고, 학교에 가는 날에는 보통 아침 7시 30분에 일어납니다. 일어난 후에 씻고 아침 식사를 한 후 학교에 가기 위해 지하철역으로 갑니다. 학교에서 9시부터 12시까지 공부를 하고 친구들과 구내식당에서 점심을 먹습니다. 오후에는 보통 친구들과 도서관에서 공부합니다. 월, 수, 금요일 저녁에는 외국어학원에서 베트남어를 공부합니다. 자기 전에 저는 항상 유튜브를 보거나 뉴스를 봅니다. 저는 매일 자는 시간이 조금 다르지만 보통 12시에 취침합니다.

---

* A thì ~ còn B thì ~ : A는 ~하고 B는 ~하다

  Buổi sáng thì ăn cháo còn buổi tối thì ăn lẩu. 아침에는 죽을 먹었고 저녁에는 탕을 먹었어요.

* vào : ~에

vào는 시간 전치사로 보통 계절과 요일 앞에 사용됩니다.

  Bạn thường làm gì vào cuối tuần? (= Vào cuối tuần, bạn thường làm gì?) 주말에 당신은 보통 무엇을 하나요?

  ☞ 주말(cuối tuần)이 앞에 올 경우 vào는 생략 가능합니다.

새단어

□ căn tin 구내식당, 매점	□ ngủ dậy muộn 늦잠 자다	□ trưa 정오, 점심
□ ga 역	□ những ~들(복수)	□ trường 학교
□ khác 다른	□ thư viện. 도서관	□ tắm 샤워하다
□ lúc ~에(숫자 시간 앞에 붙이는 전치사)	□ thời gian 시간	□ vào ~에(계절 등의 앞에 오는 시간 전치사)
□ mỗi ngày 매일	□ tin tức 뉴스	□ ăn trưa 점심 식사하다
□ ngày 날, 날짜	□ trung tâm ngoại ngữ 외국어학원	□ đi ngủ 자러 가다

만들어 보세요! 나에게 맞는 스토리로 만들어 외워 보세요.

Ngày không đi học thì tôi thường ngủ dậy muộn còn ngày đi học thì tôi thường thức dậy lúc ① _____ (기상 시간) . Sau khi thức dậy tôi tắm và ăn sáng, sau đó đi ra ga tàu điện ngầm để đi học. ② _____ (학교 일과) _____ Buổi chiều tôi thường học ở thư viện. Vào thứ hai, tư, sáu thì tôi học tiếng Việt ở trung tâm ngoại ngữ. Trước khi đi ngủ, tôi luôn luôn ③ _____ (자기 전에 하는 일) . Mỗi ngày thời gian đi ngủ thường khác nhau nhưng(= Mỗi ngày thời gian đi ngủ không cố định nhưng) thường thì tôi đi ngủ lúc 12 giờ đêm.

학교에 가지 않는 날에는 보통 늦잠을 자고, 학교에 가는 날에는 보통 아침 ① _____ 에 일어납니다. 일어난 후에 씻고 아침 식사를 한 후 학교에 가기 위해 지하철역으로 갑니다. ② _____ 오후에는 보통 친구들과 도서관에서 공부합니다. 월, 수, 금요일 저녁에는 외국어학원에서 베트남어를 공부합니다. 자기 전에 저는 항상 ③ _____ . 저는 매일 자는 시간이 조금 다르지만 보통 12시에 취침합니다.

패턴별 다른 표현들 | 나에게 맞는 표현을 찾아 위의 문장에 대입시켜 보세요.

①	기상 시간	6시 반	6 giờ rưỡi
		10시	10 giờ
		8시 10분	8 giờ 10 phút
②	학교 일과	저는 보통 9시부터 11시까지 공부를 하고 바로 집에 갑니다.	
		Tôi thường học từ 9 giờ đến 11 giờ, sau đó đi về nhà ngay.	
		강의를 다 듣고 난 후, 저는 항상 친구와 커피를 마셔요.	
		Sau khi nghe giảng bài xong, tôi luôn luôn uống cà phê với bạn.	
③	자기 전에 하는 일	음악을 들어요	nghe nhạc
		강아지와 놀아요	chơi với chó con
		과제를 합니다	làm bài tập về nhà

＊〈부록〉 기초 단어를 활용해 다양한 표현을 만들어 보세요.

1. Ngày không đi học, bạn thường thức dậy lúc mấy giờ?
학교를 가지 않는 날에는 보통 몇 시에 일어납니까?

① 만약 학교에 가지 않으면 보통 9~10시쯤 일어나요.
Nếu không đi học thì em thường thức dậy lúc 9~10 giờ sáng.

② 오후 1시까지 늦잠을 자요.
Em thường ngủ dậy muộn đến 1 giờ chiều.

2. Sau khi thức dậy, bạn thường làm gì trước tiên? 일어난 후, 제일 먼저 무엇을 합니까?

① 일어난 후에 저는 바로 샤워하고 머리를 감아요.
Sau khi thức dậy, em thường tắm và gội đầu ngay.

② 일어난 후에 바로 운동하러 갑니다.
Sau khi thức dậy, em đi tập thể dục ngay.

3. Bạn có thường ăn sáng không? 보통 아침 식사를 하나요?

① 저는 매일 아침 식사를 합니다.
Dạ em ăn sáng mỗi ngày.

② 저는 보통 아침을 먹지 않습니다.
Dạ em thường không ăn sáng.

4. (Nếu không ăn sáng) Tại sao không ăn sáng? (아침 식사를 안 했다면) 왜 안 했나요?

① 왜냐하면 아침을 먹으면 메스꺼워요.
Vì nếu ăn sáng thì em thấy buồn nôn.

② 왜냐하면 아침 먹을 시간이 없습니다.
Vì không có thời gian để ăn sáng.

5. Sáng nay bạn đã ăn gì? 오늘 아침에는 무엇을 먹었나요?

① 오늘 아침에 저는 김치찌개를 먹었습니다.

Sáng nay em đã ăn lẩu Kimchi.

② 오늘 아침에 저는 샌드위치/빵을 먹었습니다.

Sáng nay em đã ăn bánh mì.

6. Bạn bận nhất ngày nào trong tuần? 일주일 중 가장 바쁜 요일이 언제인가요?

① 일주일 중, 월요일이 제일 바쁩니다.

Trong một tuần, thứ hai là ngày bận nhất.

② 토요일이 일주일 중 제일 바쁩니다.

Thứ bảy là ngày em bận nhất trong tuần.

7. (Giả định ngày thi OPI) Sáng nay bạn đã thức dậy lúc mấy giờ?
(OPI 시험 당일 가정) 오늘 아침에는 몇 시에 일어났나요?

① 너무 떨려서 오늘 아침에 굉장히 일찍 일어났습니다.

Vì em rất hồi hộp nên sáng nay em thức dậy rất sớm.

② 오늘 아침에 저는 아침 7시에 일어났습니다.

Sáng nay em đã thức dậy lúc 7 giờ sáng ạ.

8. (Giả định ngày thi OPI) Sau khi thi OPI xong, hôm nay bạn sẽ làm gì?
(OPI 시험 당일 가정) 시험이 끝난 후, 오늘은 무엇을 할 건가요?

① 시험이 끝난 후, 학교에 돌아 가야 해요.

Sau khi thi xong, em phải đến trường lại.

② 바로 집에 가서 쉴 거예요.

Em sẽ đi về nhà ngay và nghỉ.

Mỗi ngày tôi thức dậy lúc 6 giờ rưỡi để đi làm. Từ nhà tôi đến công ty hơi xa một chút nên tôi phải chuẩn bị khá vội vàng. Sau khi thức dậy, tôi tắm và gội đầu. Trước khi ăn sáng tôi mặc quần áo trước. Lúc 7 giờ 10 phút tôi ra khỏi nhà và đến công ty lúc 8 giờ 20 phút. Từ 9 giờ đến 12 giờ thì tôi làm việc buổi sáng. Sau đó tôi ăn trưa ở gần công ty. Buổi chiều tôi thường đi công tác hoặc gặp khách hàng. Tôi thường về nhà lúc 7~8 giờ. Tôi thường ăn tối ở nhà nhưng nếu có liên hoan thì ăn tối với đồng nghiệp. Sau khi về nhà, tuy rất mệt nhưng tôi cố gắng chơi với các con. Tôi thường đi ngủ lúc 11 giờ đêm.

저는 출근하기 위해 매일 아침 6시 반에 일어납니다. 집에서부터 회사까지 다소 멀기 때문에 조금 서둘러서 준비해야만 합니다. 기상 후에, 저는 샤워하고 머리를 감습니다. 아침 식사하기 전에 저는 옷을 먼저 입습니다. 7시 10분에 저는 출발하고 8시 20분쯤 회사에 도착합니다. 9시부터 12시까지 오전 근무를 합니다. 그리고 나서 회사 근처에서 점심 식사를 합니다. 오후에 저는 보통 출장을 가거나 손님을 만납니다. 저는 보통 7~8시쯤 퇴근합니다. 저는 보통 집에서 저녁을 먹지만 만약 회식이 있으면 동료들과 함께 저녁을 먹습니다. 퇴근 후, 비록 피곤하지만 저는 아이들과 놀아주려고 노력합니다. 저는 보통 밤 11시에 취침합니다.

* 7~8 giờ 읽는 법
7~8시(간)을 표현할 때는 간단히 7~8 giờ로 쓰고, 'bảy tám giờ'로 읽습니다. giờ(시간) 뒤에 đến(~까지)이라는 표현을 넣어도 좋지만 보통은 생략합니다.

　7~8시 = [쓰기] 7~8 giờ = [읽기] bảy tám giờ

* nếu ~ thì ~ : 만약에 ~면
　Nếu tôi thức dậy sớm hơn thì sẽ không bị muộn. 내가 만약 더 일찍 일어났더라면 늦지 않았을 것이다.

* tuy ~ nhưng ~ : 비록 ~하지만
　Tuy rất mệt nhưng tôi sẽ làm việc chăm chỉ. 비록 매우 힘들지만 저는 열심히 일할 겁니다.

새단어

- chơi 놀다
- gần công ty 회사 근처
- hoặc 혹은
- hơi 다소
- khách hàng 손님
- khởi hành 출발하다
- liên hoan 회식
- mỗi ngày 매일
- phải 반드시 ~해야만 한다
- trước 우선, 먼저, ~전
- xa 먼
- đi về nhà(= về nhà) 집에 가다, 퇴근하다
- đến công ty 회사에 도착하다
- đồng nghiệp 동료

Mỗi ngày tôi thức dậy lúc 6 giờ rưỡi để đi làm. Từ nhà tôi đến công ty hơi xa một chút nên tôi phải chuẩn bị khá vội vàng. Sau khi thức dậy, ① _____ (기상 후에 하는 행동) _____ . Trước khi ăn sáng tôi mặc quần áo trước. ② _____ (집에서 회사까지의 시간) _____ Từ 9 giờ đến 12 giờ thì tôi làm việc buổi sáng. Sau đó tôi ăn trưa ở gần công ty. Buổi chiều tôi thường đi công tác hoặc gặp khách hàng. Tôi thường về nhà lúc 7~8 giờ. Tôi thường ăn tối ở nhà nhưng nếu có liên hoan thì ăn tối với đồng nghiệp. Sau khi về nhà, tuy rất mệt nhưng ③ _____ _____ (퇴근 후에 하는 행동) _____ .

저는 출근하기 위해 매일 아침 6시 반에 일어납니다. 집에서부터 회사까지 다소 멀기 때문에 조금 서둘러서 준비해야만 합니다. 기상 후에, ① _____ . 아침 식사하기 전에 저는 옷을 먼저 입습니다. ② _____ 9시부터 12시까지 오전 근무를 합니다. 그리고 나서 회사 근처에서 점심 식사를 합니다. 오후에 저는 보통 출장을 가거나 손님을 만납니다. 저는 보통 7~8시쯤 퇴근합니다. 저는 보통 집에서 저녁을 먹지만 만약 회식이 있으면 동료들과 함께 저녁을 먹습니다. 퇴근 후, 비록 피곤하지만 ③ _____ .

패턴별 다른 표현들 │ 나에게 맞는 표현을 찾아 위의 문장에 대입시켜 보세요.

① 기상 후에 하는 행동	저는 보통 침대 정리를 합니다	tôi thường dọn dẹp giường
	저는 보통 창문을 엽니다	tôi thường mở cửa sổ
	저는 보통 물을 한 잔 마십니다	tôi thường uống 1 cốc(ly) nước
② 집에서 회사까지의 시간	저는 보통 7시 반에 출발하고 8시 30분에 회사에 도착합니다.	
	Tôi thường ra khỏi nhà lúc 7 giờ 30 phút và đến công ty lúc 8 giờ 30 phút.	
	만약 회의가 있으면 저는 보통 7시에 일하러 갑니다.	
	Nếu có họp thì tôi thường đi làm lúc 7 giờ.	
③ 퇴근 후에 하는 행동	저는 보통 헬스장에서 운동합니다	tôi thường tập thể dục ở phòng tập gym
	저는 베트남어를 공부하려고 노력합니다	tôi cố gắng học tiếng Việt
	저는 항상 집 청소를 합니다	tôi luôn luôn dọn dẹp nhà

* 〈부록〉 기초 단어를 활용해 다양한 표현을 만들어 보세요.

1. **Bây giờ là mấy giờ?** 지금은 몇 시입니까?

   ① 지금은 오전 10시 30분입니다.
   Bây giờ là 10 giờ 30 phút sáng.

   ② 죄송합니다, 지금 시계가 없어서 시간을 모르겠습니다.
   Xin lỗi, em không có đồng hồ nên không biết thời gian.

2. **(Giả định ngày thi OPI) Bạn đến phòng OPI lúc mấy giờ?**
   (OPI 시험 당일 가정) OPI 시험장에는 몇 시에 도착했나요?

   ① 저는 방금 막 도착했습니다.
   Em mới đến ạ.

   ② 저는 오전 10시에 도착했습니다.
   Em đến lúc 10 giờ sáng ạ.

3. **Bạn đã chờ(đợi) bao lâu rồi? Chờ lâu không?**
   (OPI 시험 보기까지) 얼마나 기다렸나요? 오래 기다렸나요?

   ① 아니요. 저는 방금 막 도착했습니다. 오래 기다리지 않았습니다.
   Dạ không. Em mới đến. Không chờ lâu đâu ạ.

   ② 저는 9시 30분에 도착했습니다. 30분 정도 기다렸습니다.
   Dạ em đến lúc 9 giờ 30 phút **rồi. Em chờ khoảng** 30 phút ạ.

4. **Hôm nay bạn đã khởi hành lúc mấy giờ?** 오늘 집에서 몇 시에 출발했나요?

   ① 저는 8시에 출발했습니다.
   Em khởi hành lúc 8 giờ ạ.

   ② 확실하지 않지만, 대략 8시쯤입니다.
   Em không biết chắc chắn, khoảng 8 giờ ạ.

5. Cuối tuần bạn thường thức dậy lúc mấy giờ?
주말에는 보통 몇 시에 일어납니까?

① 저는 보통 아침 11시에 일어나요.

Em thường thức dậy lúc 11 giờ sáng.

② 주말이기 때문에 규칙적이지 않아요.

Không cố định vì cuối tuần mà.

6. Bạn thường (đi) về nhà lúc mấy giờ? 당신은 보통 몇 시에 퇴근합니까?

① 저는 보통 8시에 집에 갑니다.

Em thường (đi) về nhà lúc 8 giờ.

② 매일 다르지만 일찍 집에 가려고 노력합니다.

Không cố định nhưng em cố gắng (đi) về sớm.

7. Thời gian tự do của bạn là từ mấy giờ đến mấy giờ?
당신의 자유 시간은 몇 시부터 몇 시까지인가요?

① 퇴근 후부터 그 시간은 제 자유 시간입니다.

Từ sau khi về nhà, thời gian đó là thời gian tự do của mình.

② 저녁 7시부터 10시까지 저는 보통 혼자 시간을 보냅니다.

Từ 7 giờ đến 10 giờ tối thì tôi thường ở một mình.

8. Hôm qua bạn đã ngủ lúc mấy giờ? 어제 몇 시에 잠을 잤나요?

① 어제 저는 10시에 잤습니다. 왜냐하면 오늘 OPI 시험을 보기 때문에 일찍 취침했습니다.

Hôm qua em đã đi ngủ lúc 10 giờ. Vì hôm nay thi OPI nên em ngủ sớm.

② 어제 저는 일찍 자러 가고 싶었지만, 너무 떨려서 늦게 잠들었습니다.

Hôm qua em muốn đi ngủ sớm mà hồi hộp quá nên đã đi ngủ muộn.

● 시간 1

A : Bây giờ là mấy giờ? 지금은 몇 시입니까?

B : Bây giờ là 2 giờ 30 phút. 지금은 2시 30분입니다.

(Bây giờ là 2 giờ rưỡi). 지금은 2시 반입니다.

'giờ'는 '시'를 나타내고, 'phút'은 '분'을 나타냅니다. 또한, 우리나라와 마찬가지로 '반'이라는 표현으로 'rưỡi'가 있습니다. 한국어도 반분이라고 하지 않듯이 베트남어도 rưỡi 뒤에 phút은 생략합니다.

● 시간 2

① 'buổi'는 '주, 주기'라는 뜻을 지니고 있습니다. 뒤에 'sáng, trưa, chiều, tối' 단어로 의미를 구별합니다.

② '밤'이라는 뜻의 'ban đêm'만 앞에 'buổi'가 아닌 'ban'을 사용합니다.

buổi sáng	아침, 새벽, 오전	hôm kia	그저께
buổi trưa	점심	hôm qua	어제
buổi chiều	오후	hôm nay	오늘
buổi tối	저녁	ngày mai	내일
ban đêm	밤	ngày kia	내일모레

· 보통, 숫자인 시간이 결합할 경우 앞에 buổi 혹은 ban을 생략합니다.

· 우리나라에서는 [오늘 아침]이라고 하지만 베트남어 어순은 반대입니다. 그리고 앞에 buổi나 hôm를 생략해서 말합니다.

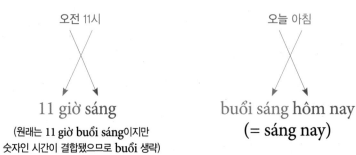

오전 11시 → 11 giờ sáng
(원래는 11 giờ buổi sáng이지만 숫자인 시간이 결합됐으므로 buổi 생략)

오늘 아침 → buổi sáng hôm nay
(= sáng nay)

유용한 표현사전 10

자신에게 맞는 답변을 체크해 보세요. ☑

주제에 관한 다양하고 유용한 표현들입니다. 자신에게 맞는 문장을 체크하고 재미있는 스토리를 만들어보세요. 어떤 질문에도 당황하지 않고 나만의 표현력은 물론, 논리력에도 자신감이 생깁니다.

□ 오늘 아침 저는 일찍 일어났습니다.
Sáng nay em dậy sớm.

□ 저는 자주 밤을 지새웁니다.
Em hay thức khuya.

□ 시간이 없어서 아침 식사는 보통 먹지 않습니다.
Em thường không ăn sáng vì không có thời gian.

□ 지금은 10시입니다.
Bây giờ là 10 giờ.

□ 내일 저는 출근해야 합니다.
Ngày mai em phải đi làm việc.

□ 쉴 수 있기 때문에 저는 토요일을 좋아합니다.
Em rất thích thứ bảy vì có thể nghỉ được.

□ 학교에 가지 않는 날에는 항상 늦잠을 잡니다.
Vào ngày không đi học thì em luôn luôn ngủ dậy muộn.

□ 저는 보통 새벽 1시에 취침합니다.
Tôi thường đi ngủ lúc 1 giờ sáng.

□ 아침에 기상 후, 저는 보통 물을 한 잔 마십니다.
Sau khi thức dậy, em thường uống 1 cốc(ly) nước .

□ 저는 2시간 동안 베트남어 공부를 합니다.
Em thường học tiếng Việt trong 2 tiếng đồng hồ.

6과 당신의 하루 일과에 대해서 소개해 보세요. 105

IM
: Intermediate Mid

6~10과

익숙한 화제에 대해, 짧지만 비교적 자연스럽고 구체적으로 설명이 가능합니다.
1:1 응대가 가능하며 회의에서 전체적인 맥락을 파악할 수 있는 수준으로,
회의 중 간단한 의사 표현과 정해진 양식을 활용하여 문서 작성이 가능합니다.

Bạn thường đến trường bằng gì?

당신은 학교까지 무엇을 타고 가나요?

교통에 관련된 내용은 OPI 시험뿐만 아니라 일상회화, 여행지 등에서 자주 나오는 표현입니다. 우리나라와 베트남의 교통 문화를 비교해 보고 다양한 교통관련 어휘도 학습해 보세요.

핵심 패턴

- bằng : ~으로
- mất : ~이 걸리다
- từ ~ đến ~ : ~부터 ~까지
- khoảng : 대략, 약

다양한 질문 유형 파악하기

🎧 07-1

"교통수단"의 다양한 질문 유형입니다.

- **Từ nhà bạn đến trường bạn thường đi bằng phương tiện gì?** 집에서 학교까지 당신은 보통 어떤 교통수단을 이용하나요?

- **Ở Hàn Quốc có phương tiện giao thông công cộng nào?**
한국에는 어떤 대중교통수단이 있나요?

🎧 07-2

"교통수단"에 관한 다른 표현의 질문들입니다.

① **Từ nhà đến trường bạn đi bằng gì và mất bao lâu?**
당신의 집에서 학교까지는 어떤 교통수단을 이용하고 얼마나 걸리나요?

➡ **Từ nhà tôi đến trường mất khoảng 1 tiếng đi bằng tàu điện ngầm.**
우리 집에서 학교까지 지하철로 약 1시간 정도 걸립니다.

② **Phương tiện giao thông công cộng chủ yếu của Hàn Quốc là gì?** 한국의 주요 대중교통수단은 무엇인가요?

➡ **Phương tiện giao thông công cộng chủ yếu của Hàn Quốc là xe buýt, tàu điện ngầm.** 한국의 주요 대중교통수단은 버스나 지하철입니다.

③ **Phí giao thông công cộng của Hàn Quốc có đắt không? Khoảng bao nhiêu tiền?** 한국의 대중교통비는 비싼가요? 대략 얼마인가요?

➡ **Phí giao thông công cộng của Hàn Quốc không đắt lắm. Khoảng 1 đô la(20,000 đồng).**
한국의 대중교통비는 그렇게 비싸지 않습니다. 대략 1달러(2만 동: 한화 약 1천 원)입니다.

🐦 핵심 패턴 익히기

● **bằng** : ~으로

'bằng'은 4과에서 배운 의존명사 '~만큼'에 대한 뜻도 있지만, 교통수단이 올 경우 '~으로'
라는 뜻으로도 해석됩니다.

> đi bằng + 교통수단

Tôi thường đi bằng xe buýt nhưng hôm nay tôi dùng tàu điện ngầm.
저는 보통 버스로 가는데 오늘은 지하철을 이용했습니다.

● **từ ~ đến ~** : ~부터 ~까지

'교통'에 대한 표현을 할 경우에는 từ 뒤에 '출발지', đến 뒤에 '도착지'가 옵니다. 그러나
그 외에의 '~부터 ~까지'의 표현은 'từ ~ đến ~' 사이에 '모든 명사'가 올 수 있습니다.

> Từ + 출발지 + đến + 도착지

Từ nhà em đến trường rất xa. 우리 집에서 학교까지 매우 멀어요.

● **mất** : ~이 걸리다

mất은 다양한 의미가 있습니다. 동사로는 '잃어버리다'라는 표현으로 쓰이고, 시간과 결합
될 때에는 '어느 정도의 시간이 걸린다'로 해석할 수 있습니다.

> mất + 시간

Từ Hàn Quốc đến Việt Nam mất 5 tiếng đồng hồ.
한국에서부터 베트남까지 5시간이 걸려요.

● **khoảng** : 대략, 약

영어의 about에 해당되며, 시간 앞에 쓰이면서 정확하지 않고 대략적으로 이야기할 때 사용
됩니다.

> mất(동사) + khoảng + 시간

Từ đây đến đó mất khoảng 30 phút thôi.
여기서부터 거기까지 약 30분밖에 안 걸립니다.

Khi phải đi học tôi thường thức dậy sớm. Vì nếu muộn thì trong tàu điện ngầm sẽ rất đông người nên khó chịu lắm. Và nếu trong thẻ giao thông đã hết tiền thì phải nạp thêm tiền nên tôi phải ra khỏi nhà sớm. Từ nhà tôi đến trường không xa lắm nhưng phải chuyển tàu 2 lần nên hơi bất tiện và phức tạp. Từ nhà tôi đến trường mất khoảng 1 tiếng rưỡi bằng tàu điện ngầm. Đi xe buýt thì nhanh hơn nhưng nếu gặp giờ cao điểm thì rất tắc đường nên tôi sợ bị muộn giờ học.

학교에 갈 때 저는 보통 더 일찍 기상합니다. 왜냐하면 만약 늦게 되면 지하철 안에 많은 사람들로 붐비기 때문에 굉장히 불편하기 때문이죠. 그리고 만약 교통카드에 돈이 부족하면 반드시 다시 충전해야 하기 때문에 집에서 일찍 나와야 됩니다. 집에서부터 학교까지 그렇게 멀지 않지만 2번 환승해야 하기 때문에 다소 불편하고 복잡합니다. 집에서부터 학교까지 지하철로 약 1시간 반 정도 걸립니다. 만약 버스를 이용하면 더 빠르지만, 러시아워 시간에 걸리면 굉장히 막히기 때문에 수업에 늦을까 봐 걱정됩니다.

* **đông** : '붐비다, 많다'의 의미로 **đông người**(많은 사람)는 **nhiều người**와 같은 표현으로 쓸 수 있습니다.
* **khó chịu** : '견디기 힘든, 기분이 나쁜' 등과 같이 굉장히 불편한 상태를 나타낼 때 쓸 수 있는 표현입니다.
  Máy lạnh trong xe buýt bị hỏng rồi nên không khí khó chịu lắm.
  버스 안에 있는 에어컨이 고장 나서 공기가 매우 탁해요.
* **không xa lắm**은 '그렇게 멀지 않다'라는 의미입니다. 이때 **lắm**은 '매우'라는 뜻으로 '수량'을 나타내거나 '부정 형태를 강조'할 때, 「**không ~ lắm**」의 형태로 '그다지 ~하지 않다'라는 의미를 가집니다.
  Tháng 8 mà không nóng lắm. 8월인데 그렇게 덥지 않네요.

새단어

- 1 tiếng rưỡi 1시간 반
- 2 lần 2번
- bằng ~으로
- chuyển tàu 환승하다
- dùng 이용하다
- giờ cao điểm 러시아워
- gặp 만나다
- hơn 보다 더
- hết tiền 돈이 떨어지다
- khó chịu lắm 견디기 어려운

- không xa lắm 그렇게 멀지 않다
- lại 다시
- lớp học 수업
- muộn 늦은
- nhanh 빠른
- nhưng mà 그렇지만
- nạp tiền 돈을 충전하다
- nếu 만약
- phức tạp 복잡하다

- sớm 일찍
- sợ 무서운
- thẻ giao thông 교통카드
- thức dậy 일어나다
- trong ~ 중에서, ~ 동안
- tàu điện ngầm 지하철
- tắc đường 교통체증
- vì ~ nên 왜냐하면 ~때문에
- đông người 많은 사람

만들어 보세요! 나에게 맞는 스토리로 만들어 외워 보세요.

① _____ (가야 할 장소) tôi thường thức dậy sớm. Vì nếu muộn thì trong tàu điện ngầm sẽ rất đông người nên khó chịu lắm. Và nếu trong thẻ giao thông đã hết tiền thì phải nạp thêm tiền nên tôi phải ra khỏi nhà sớm. Từ nhà tôi đến ② _____ (도착 장소) không xa lắm nhưng phải chuyển tàu 2 lần nên hơi bất tiện và phức tạp. Từ nhà tôi đến ② _____ (도착 장소) mất khoảng ③ _____ (거리 시간) ④ _____ (교통수단). Đi xe buýt thì nhanh hơn nhưng nếu gặp giờ cao điểm thì rất tắc đường nên tôi sợ bị muộn giờ học.

① _____ 저는 보통 더 일찍 기상합니다. 왜냐하면 만약 늦게 되면 지하철 안에 많은 사람들로 붐비기 때문에 굉장히 불편하기 때문이죠. 그리고 만약 교통카드에 돈이 부족하면 반드시 다시 충전해야 하기 때문에 집에서 일찍 나와야 됩니다. 집에서부터 ② _____ 까지 그렇게 멀지 않지만 2번 환승해야 하기 때문에 다소 불편하고 복잡합니다. 집에서부터 ② _____ 까지 ④ _____ 로 ③ _____ 정도 걸립니다. 만약 버스를 이용하면 더 빠르지만, 러시아워 시간에 걸리면 굉장히 막히기 때문에 수업에 늦을까 봐 걱정됩니다.

패턴별 다른 표현들 나에게 맞는 표현을 찾아 위의 문장에 대입시켜 보세요.

① 가야 할 장소	회사를 갈 때	khi tôi đến công ty	
	일하러 갈 때	khi tôi đi làm việc	
	학원에 갈 때	khi tôi đến trung tâm	
② 도착 장소	회사 công ty	학원 trung tâm	도서관 thư viện
③ 거리 시간	대략 30분	khoảng ba mươi phút	
	대략 1시간	khoảng một tiếng	
	대략 3~40분	khoảng ba bốn mươi phút	
④ 교통수단	버스 xe buýt	택시 taxi	자가용 xe ô tô riêng

※ 〈부록〉 기초 단어를 활용해 다양한 표현을 만들어 보세요.

1. Từ nhà bạn đến trường mất khoảng bao lâu?
집에서부터 학교까지 대략 얼마나 걸립니까?

① 집에서부터 학교까지 대략 1시간 정도 걸립니다.
Từ nhà tôi đến trường mất khoảng 1 tiếng.

② 집에서부터 학교까지 그렇게 멀지 않아서 걸어 다닙니다.
Từ nhà tôi đến trường không xa lắm nên tôi thường đi bộ.

2. Bạn hay dùng phương tiện giao thông gì?
주로 이용하는 교통수단은 무엇입니까?

① 저는 대중교통을 자주 이용합니다.
Tôi hay dùng phương tiện giao thông công cộng.

② 저는 복잡한 것을 싫어해서 개인 자가용을 주로 이용합니다.
Tôi thường dùng xe ô tô riêng vì không thích phức tạp.

3. Bạn thấy xe buýt tiện hơn hay tàu điện ngầm tiện hơn?
버스가 편하나요 아니면 지하철이 편하나요?

① 둘 다 매우 편리합니다.
Cả hai đều rất tiện lợi ạ.

② 저는 버스가 더 편리합니다.
Tôi thấy xe buýt tiện hơn.

4. Khi nạp tiền thẻ giao thông, bạn thường nạp bao nhiêu tiền?
교통카드를 충전할 때, 얼마 정도 충전하나요?

① 상황에 따라 다릅니다.
Tùy trường hợp.

② 저는 보통 만 원 정도 충전합니다.
Tôi thường nạp khoảng mười nghìn won.

5. Nghe nói tàu điện ngầm của Hàn Quốc có nhiều ga nên rất phức tạp
phải không? 한국의 지하철은 역이 많아서 복잡하다던데 맞나요?

① 네 맞아요. 저도 가끔 헷갈려요.
   Dạ đúng rồi. Tôi cũng thỉnh thoảng nhầm.

② 요즘 교통 앱이 발달해서 그렇게 어렵지 않아요.
   Dạo này app giao thông rất phát triển nên không khó lắm.

6. Giá taxi cơ bản của Hàn Quốc thường là bao nhiêu?
   한국의 택시 기본요금은 얼마 정도 하나요?

① 저는 버스를 주로 이용해서 확실하게 모르겠습니다.
   Tôi thường dùng xe buýt nên không biết chắc chắn.

② 대략 3~4달러(6만 동: 한화 약 3천 원)입니다.
   khoảng 3~4 đô la(60,000 đồng).

7. Nếu lên xe buýt (tàu điện ngầm) hơn 1 tiếng thì bạn thường làm gì
trong thời gian đó? 1시간 이상 버스(혹은 지하철)를 타면 그 시간 동안 무엇을 하나요?

① 만약 피곤하면 저는 주로 졸아요.
   Nếu mệt thì tôi thường ngủ gật gù.

② 저는 보통 음악을 들으며 뉴스를 봅니다.
   Tôi thường vừa nghe nhạc vừa xem tin tức.

8. Bạn đến phòng thi OPI bằng gì và mất bao lâu?
   OPI 시험장에는 무엇을 타고 얼마나 걸려서 왔나요?

① 저는 지하철을 이용했고 대략 1시간 정도 걸렸습니다.
   Tôi đã dùng tàu điện ngầm và mất khoảng 1 tiếng.

② 집에서 OPI 시험장까지 택시로 약 30분 정도 걸렸습니다.
   Từ nhà tôi đến phòng thi OPI mất khoảng 30 phút đi bằng taxi.

Phương tiện giao thông công cộng của hai nước có một số điểm giống nhau và một số điểm khác nhau. Đầu tiên, phương tiện giao thông công cộng của Hàn Quốc rất đa dạng và tiện lợi, ví dụ như xe buýt, tàu điện ngầm. Ở Hàn Quốc có nhiều trạm xe buýt và ga tàu điện ngầm nên di chuyển rất tiện lợi mặc dù phải chuyển tàu. Tuy nhiên, nghe nói Việt Nam thì có nhiều xe buýt nhưng chưa có tàu điện ngầm. Vì thế, người Việt Nam chưa quen với tàu điện ngầm. Đa số người Việt Nam thường dùng xe máy.

두 나라의 대중교통은 같은 점도 있고, 다른 점도 있어요. 우선, 한국의 대중교통수단은 버스나 지하철과 같이 매우 편리하고 종류가 다양합니다. 한국에는 버스정류장과 지하철역이 많아서 환승을 해야 하지만 이동이 편리해요. 그러나 베트남은 버스는 있지만, 지하철은 아직 없다고 합니다. 그렇기 때문에 베트남 사람들에게는 지하철을 타는 것이 익숙하지 않아요. 다수의 베트남 사람들은 보통 오토바이를 이용합니다.

● giống nhau (서로 같다) vs. khác nhau (서로 다르다)

nhau는 '서로'라는 뜻으로, 「동사/형용사 + nhau : 서로 ~하다」의 구조로 표현할 수 있습니다.

　　Cái này và cái kia rất giống nhau. 이것과 저것은 매우 같습니다.

　　Tính cách của hai người rất khác nhau. 두 명의 성격은 매우 다릅니다.

새단어

- □ chuyển tàu 환승하다
- □ chưa có 아직 없다
- □ công cộng 공공의, 대중
- □ của ~의
- □ di chuyển 이동
- □ ga tàu điện ngầm 지하철역
- □ giao thông 교통
- □ giống nhau 서로 같다
- □ hai nước 두 나라
- □ khác nhau 서로 다르다
- □ một số 몇몇의
- □ nghe nói 듣기로는
- □ phương tiện 수단
- □ tiện lợi 편리한
- □ trạm xe buýt 버스정류장
- □ ví dụ như 예를 들어서
- □ xe buýt 버스
- □ xe máy 오토바이
- □ đa dạng 다양한
- □ đa số 다수

Phương tiện giao thông công cộng của hai nước có một số điểm giống nhau và một số điểm khác nhau. Đầu tiên, phương tiện giao thông công cộng của Hàn Quốc rất đa dạng và tiện lợi, ví dụ như xe buýt, tàu điện ngầm. ①   (대중교통이 편리한 이유)   Tuy nhiên, nghe nói Việt Nam thì có nhiều xe buýt nhưng chưa có tàu điện ngầm. Vì thế, người Việt Nam chưa quen với tàu điện ngầm. Đa số người Việt Nam thường dùng xe máy.

두 나라의 대중교통은 같은 점도 있고, 다른 점도 있어요. 우선, 한국의 대중교통수단은 버스나 지하철과 같이 매우 편리하고 종류가 다양합니다. ①   그러나 베트남은 버스는 있지만, 지하철은 아직 없다고 합니다. 그렇기 때문에 베트남 사람들에게는 지하철을 타는 것이 익숙하지 않아요. 다수의 베트남 사람들은 보통 오토바이를 이용합니다.

패턴별 다른 표현들 나에게 맞는 표현을 찾아 위의 문장에 대입시켜 보세요.

①	버스와 지하철 앱이 발달되어 이동 경로와 시간 확인이 편리해요.
	App tàu điện ngầm và xe buýt rất phát triển nên có thể kiểm tra thời gian và tuyến đường rất tiện lợi.
대중교통이 편리한 이유	지하철역의 시설이 무척 잘되어 있습니다.
	Cơ sở vật chất ga tàu điện ngầm rất tốt.
	지하철에 역무원이 있어서 곤란할 때 도움을 요청할 수 있습니다.
	Ở ga tàu điện ngầm có nhân viên nhà ga nên có việc gì thì có thể yêu cầu giúp đỡ.

* 〈부록〉 기초 단어를 활용해 다양한 표현을 만들어 보세요.

1. Ở Hàn Quốc mấy giờ tắc đường(kẹt xe) nhất?

한국은 몇 시에 가장 교통체증이 심한가요?

① 출근 시간과 퇴근 시간이 가장 막힙니다.

Giờ đi làm và giờ về nhà tắc đường(kẹt xe) nhất.

② 제 생각에는 언제나 교통체증이 있는 것 같아요.

Tôi thấy lúc nào cũng tắc đường lắm.

2. Từ Hàn Quốc đến Việt Nam mất khoảng bao lâu?

한국에서 베트남까지 대략 몇 시간이 걸리나요?

① 한국에서 하노이까지 약 4시간 정도 걸립니다.

Từ Hàn Quốc đến Thành Phố Hà Nội mất khoảng 4 tiếng đồng hồ.

② 한국에서 호찌민까지 약 5시간 반 정도 걸립니다.

Từ Hàn Quốc đến Thành Phố Hồ Chí Minh mất khoảng 5 tiếng rưỡi.

3. Khi đến Việt Nam từ Hàn Quốc, bạn đã dùng hãng hàng không nào?

한국에서 베트남을 갈 때 어떤 항공사를 이용했나요?

① 저는 베트남 항공을 이용했습니다.

Tôi đã dùng hãng hàng không Việt Nam.

② 오래돼서 기억이 나지 않습니다.

Lâu lắm rồi nên tôi không nhớ.

4. Sân bay Hàn Quốc có to không? 한국 공항은 큰가요?

① 베트남 공항에 비해서 큽니다.

Dạ so với sân bay Việt Nam thì to lắm.

② 제 생각에는 한국 공항의 규모는 보통입니다.

Dạ tôi thấy quy mô sân bay Hàn Quốc rất bình thường.

5. Bạn thấy điểm khác biệt nhất trong giao thông Việt Nam và Hàn Quốc là gì? 한국과 베트남 교통 중 가장 큰 차이점은 무엇인가요?

① 제 생각에는 가장 큰 차이점은 오토바이입니다. 베트남 사람들은 오토바이를 자주 이용한다고 들었습니다.

Tôi thấy điểm khác nhau nhất là xe máy. Nghe nói người Việt Nam hay dùng xe máy.

② 한국은 지하철이 있는데 베트남은 아직 없습니다.

Ở Hàn Quốc có tàu điện ngầm nhưng Ở Việt Nam chưa có.

6. Công trình xe buýt hoặc tàu điện ngầm Hàn Quốc có tốt không?
한국의 버스나 지하철은 시설이 좋은가요?

① 다른 나라에 비해 시설이 좋다고 들었습니다.

Nghe nói công trình giao thông rất tốt so với nước khác.

② 제가 생각하기에 매우 좋습니다.

Em thấy rất tốt.

7. Bạn biết lái xe không? 당신은 운전을 할 수 있습니까?

① 저는 운전을 할 수 있습니다.

Dạ tôi biết lái xe.

② 저는 운전을 할 줄 모릅니다.

Dạ tôi không biết lái xe.

8. Khi chuyển tàu, bạn phải trả tiền nữa không? 환승할 때, 돈을 또 내야 하나요?

① 아니요. 보통 카드 한 번만 찍으면 됩니다.

Dạ không. Bình thường quẹt thẻ một lần là được.

② 사실은 돈을 다시 지불할 필요가 없습니다.

Thực ra không cần trả tiền nữa.

학습 더하기+

● 어휘 익히기

(1) 교통수단

xe	차	tàu thuyền tàu thủy	배
xe buýt	버스	xe máy	오토바이
xe buýt du lịch	관광버스	xe ôm	오토바이 택시
tàu điện ngầm xe điện ngầm	지하철	xe tắc xi	택시
xe đạp	자전거	xe riêng	자가용
xe điện	전차	xe ô tô (북) xe hơi (남)	자동차
máy bay	비행기	xích lô	인력거
máy bay trực thăng	헬리콥터	tàu hỏa (북) xe lửa (남)	기차
xe vận tải xe chở hàng	화물차	tàu cao tốc	고속 열차 (KTX)

(2) 형용사

gần	가까운	xa	먼
nhanh	빠른	chậm	느린
nhanh lên	빨리	từ từ	천천히
thuận tiện tiện lợi	편리한	bất tiện	불편한
an toàn	안전한	nguy hiểm	위험한
sớm	일찍	muộn (북) trễ (남)	늦은
sạch sẽ	깨끗한	bẩn (북) dơ (남)	더러운
rẻ	싼	đắt (북) mắc (남)	비싼
nhiều	많은	ít	적은
ồn ào	시끄러운	yên tĩnh	조용한

유용한 표현사전 10

주제에 관한 다양하고 유용한 표현들입니다. 자신에게 맞는 문장을 체크하고 재미있는 스토리를 만들어보세요. 어떤 질문에도 당황하지 않고 나만의 표현력은 물론, 논리력에도 자신감이 생깁니다.

☐ 저는 보통 대중교통을 이용합니다.

Em thường dùng giao thông công cộng.

☐ 한국의 버스 요금은 약 1달러(2만 동: 한화 약 1천 원)입니다.

Phí xe buýt của Hàn Quốc là khoảng 1 đô la(20,000 đồng).

☐ 집에서 학교까지 그렇게 멀지 않습니다.

Từ nhà em đến trường không xa lắm.

☐ 일하러 갈 때 저는 항상 지하철을 이용합니다.

Khi đi làm em luôn luôn dùng tàu điện ngầm

☐ 그 시간은 막히지 않습니다.

Thời gian đó không tắc đường(kẹt xe) lắm.

☐ 저는 운전면허증이 있습니다.

Em có bằng lái xe.

☐ 여기서부터 거기까지 약 30분밖에 안 걸립니다.

Từ đây đến kia mất khoảng 30 phút thôi.

☐ 저는 보통 5만 원 정도 충전합니다.

Em thường nạp khoảng năm mươi nghìn won.

☐ 저는 개인 자가용을 주로 이용합니다.

Tôi thường dùng xe ô tô riêng.

☐ 한국에서부터 베트남까지 약 5~6시간 걸립니다.

Từ Hàn Quốc đến Việt Nam mất khoảng 5~6 tiếng.

IM : Intermediate Mid

6~10과

익숙한 화제에 대해, 짧지만 비교적 자연스럽고 구체적으로 설명이 가능합니다.
1:1 응대가 가능하며 회의에서 전체적인 맥락을 파악할 수 있는 수준으로,
회의 중 간단한 의사 표현과 정해진 양식을 활용하여 문서 작성이 가능합니다.

Thời tiết dạo này thế nào?

요즘 날씨는 어때요?

우리나라와 베트남의 날씨를 비교하고 '오늘의 날씨, 온도, 좋아
하는 날씨와 계절, 이유'에 대해 학습해 보세요.

핵심 패턴

- trời + 날씨 형용사 : ~하는 날씨
- ơi là : ~해도 ~해
- như : ~처럼, ~같이
- cực kỳ : 극히, 엄청, 몹시

다양한 질문 유형 파악하기

"날씨"의 다양한 질문 유형입니다. 🎧 08-1

- **Thời tiết của Hàn Quốc như thế nào so với thời tiết của Việt Nam?** 베트남 날씨와 비교하여 한국의 날씨는 어떤가요?

- **Hãy so sánh về thời tiết của Hàn Quốc và Việt Nam.**
  베트남과 한국의 날씨에 대해서 비교해 보세요.

"날씨"에 관한 다른 표현의 질문들입니다. 🎧 08-2

① Bây giờ ở Hàn Quốc là mùa nào?
한국은 지금 어느 계절인가요?

➡ Bây giờ ở Hàn Quốc là mùa thu.
지금 한국은 가을입니다.

② Thời tiết hôm nay thế nào?
오늘의 날씨는 어떤가요?

➡ Hôm nay trời nắng và dễ chịu.
오늘은 굉장히 맑고 기분 좋은 날씨입니다.

③ Bạn thích khí hậu nào nhất?
당신은 어떤 기후를 가장 좋아합니까?

➡ Tôi thích trời vừa nắng vừa có gió nhẹ nhàng.
저는 맑고 가볍게 바람이 부는 날씨를 좋아합니다.

핵심 패턴 익히기

● trời + 날씨 형용사 : ~하는 날씨

> trời + 날씨 형용사

Hôm nay trời nắng nên tôi muốn đi chơi. 오늘은 날씨가 맑아서 놀러 가고 싶어요.

Trời sắp mưa nên phải mang theo ô nhé. 곧 비가 올 예정이니 반드시 우산을 챙겨야 해요.

> **주의!**
>
> * 「trời + 날씨」에서 '~했었던, ~할 것이다'와 같이 시제 표현이 필요할 경우에는 「trời + 시제 + 날씨 형용사」 구조를 사용하면 됩니다.

● ơi là : ~해도 ~해 ('정말'이란 뜻의 강조 형태)

> 형용사 + ơi là + 형용사

Diễn viên đó đẹp ơi là đẹp. 그 배우는 예뻐도 정말 예뻐요.

Thời tiết hôm nay nóng ơi là nóng. 오늘의 날씨는 더워도 너무 더워요.

● như : ~처럼, ~같이

> 서술어 + như + 설명하고자 하는 표현

Thời tiết của Đà Lạt mát như mùa thu của Pháp.
달랏의 날씨는 프랑스의 가을 날씨와 같이 시원해요.

Mùa hè ở Hàn Quốc nóng như ở Việt Nam. 한국의 여름은 베트남과 같이 더워요.

● cực kỳ : 극히, 엄청, 몹시

> cực kỳ + 형용사/동사

Hôm nay cực kỳ nóng. 오늘 몹시 덥네요.

Chị ấy cực kỳ đẹp. 그녀는 몹시 예뻐요.

Dạo này ở Hàn Quốc là mùa hè nên rất nóng và nắng. Ở Hàn Quốc có bốn mùa là : xuân, hạ, thu, đông. Mùa xuân và mùa thu thì thời tiết rất mát và dễ chịu còn mùa hè thì nóng ơi là nóng. Sau khi kết thúc mùa mưa, trời bắt đầu nóng và oi bức. Nhiệt độ hôm nay tăng lên đến 35 độ C rất khó thở và khó chịu. Nhưng tôi thích mùa hè. Vì gia đình tôi thường đi du lịch vào cuối tháng 7 nên tôi luôn luôn mong đợi kỳ nghỉ hè. Mặc dù rất nóng và thời tiết khó chịu một chút, nhưng lý do tôi thích mùa hè là có thể mặc áo nhẹ nhàng và đi tắm biển. Người Hàn Quốc thường thích mùa xuân hay mùa thu nhưng tôi thích mùa hè nhất.

요즘 한국은 여름이라서 매우 덥고 햇빛이 쨍쨍합니다. 한국은 춘하추동의 사계절이 있습니다. 봄과 가을 날씨는 매우 시원하고 기분 좋은 상쾌한 날씨이며, 여름은 더워도 너무 더워요. 장마가 끝난 후에는 습하고 더위가 시작됩니다. 오늘 온도는 35℃까지 올라갔기 때문에 숨을 쉬기가 어렵고 기분도 살짝 안 좋았습니다. 그러나 저는 여름을 좋아합니다. 왜냐하면 우리 가족은 7월 말에 여행을 갑니다. 그래서 여름방학을 항상 기다립니다. 비록 날씨가 참기 힘들고 매우 덥지만 제가 여름을 좋아하는 이유는 옷을 가볍게 입을 수 있고 해수욕을 할 수 있기 때문입니다. 한국 사람들은 보통 봄과 가을을 좋아하지만 저는 여름이 가장 좋습니다.

● dễ chịu의 상태에 따른 다른 의미

'dễ chịu'는 'dễ(쉬운)'과 'chịu(참다)'가 결합하여 'dễ chịu(참기 쉬운)'의 의미를 가집니다. 그러나 이 표현은 사람의 성격 및 상태, 공간, 장소, 날씨 등에 따라 다양하게 해석되므로 문장의 의미를 잘 파악해야 합니다.

① 사람의 성격 및 상태 : '마음이 편안한'의 의미로 해석
② 공간 및 장소 : '지내기 쉬운, 공간이 아늑한'의 의미로 해석
③ 날씨 : '날씨가 온화한, 기분 좋은 날씨'의 의미로 해석

▶ 새단어 ◀

□ khó thở 숨쉬기가 어려운	□ mùa hè 여름	□ oi bức(= ẩm) 습한
□ kết thúc 끝마치다	□ mùa thu 가을	□ thì ~ còn thì ~ ~는 ~고, ~는 ~하다
□ kỳ nghỉ hè 여름방학, 여름휴가	□ mặc dù 비록	□ tăng lên 오르다
□ lý do 이유	□ mặc áo 옷을 입다	□ tắm biển 해수욕하다
□ mong đợi 기대하다	□ nhiệt độ 온도	□ xuân hạ thu đông 춘하추동
□ mát 시원한	□ nhất 가장	□ độ 도(온도)
□ mùa mưa 우기	□ nhẹ nhàng 가벼운	
□ mùa xuân 봄	□ nắng 뜨거운	

만들어 보세요! 나에게 맞는 스토리로 만들어 외워 보세요.

Dạo này ở Hàn Quốc là mùa hè nên rất nóng và nắng. Ở Hàn Quốc có bốn mùa là : xuân, hạ, thu, đông. Mùa xuân và mùa thu thì thời tiết rất mát và dễ chịu còn mùa hè thì nóng ơi là nóng. Sau khi kết thúc mùa mưa, trời bắt đầu nóng và oi bức. Nhiệt độ hôm nay ① (오늘의 온도/날씨) rất khó thở và khó chịu. Nhưng tôi thích mùa hè. Vì ② (여름 계획) nên tôi luôn luôn mong đợi kỳ nghỉ hè. Mặc dù rất nóng và thời tiết khó chịu một chút, nhưng lý do tôi thích mùa hè là ③ (여름을 좋아하는 이유) . Người Hàn Quốc thường thích mùa xuân hay mùa thu nhưng tôi thích mùa hè nhất.

요즘 한국은 여름이라서 매우 덥고 햇빛이 쨍쨍합니다. 한국은 춘하추동의 사계절이 있습니다. 봄과 가을 날씨는 매우 시원하고 기분 좋은 상쾌한 날씨이며, 여름은 더워도 너무 더워요. 장마가 끝난 후에는 습하고 더위가 시작됩니다. 오늘 온도는 ① 때문에 숨을 쉬기가 어렵고 기분도 살짝 안 좋았습니다. 그러나 저는 여름을 좋아합니다. 왜냐하면 ② . 그래서 여름방학을 항상 기다립니다. 비록 날씨가 참기 힘들고 매우 덥지만 제가 여름을 좋아하는 이유는 ③ . 한국 사람들은 보통 봄과 가을을 좋아하지만 저는 여름이 가장 좋습니다.

패턴별 다른 표현들   나에게 맞는 표현을 찾아 위의 문장에 대입시켜 보세요.

① 오늘의 온도/날씨	30℃이므로 굉장히 덥다	30 độ C nên rất nóng
	33℃이고 날씨가 굉장히 뜨겁다	33 độ C và trời rất nắng

② 여름 계획	이번 여름휴가 때 저는 베트남에 갈 예정입니다
	kỳ nghỉ hè này tôi sẽ đi du lịch ở Việt Nam
	이번 여름휴가 때 우리 가족은 강원도로 해수욕을 갈 예정입니다
	kỳ nghỉ hè này gia đình tôi sẽ đi tắm biển ở tỉnh Gang-Won

③ 여름을 좋아하는 이유	모든 생물이 활동적이고 신선합니다
	tất cả vạn vật đều rất năng động và tươi mới
	해외와 국내로 해수욕을 할 수 있습니다
	có thể đi tắm biển ở trong nước và nước ngoài

※ 〈부록〉 기초 단어를 활용해 다양한 표현을 만들어 보세요.

1. Thời tiết hôm nay thế nào?
   오늘의 날씨는 어떻습니까?

   ① 오늘 굉장히 덥고 습합니다.
   Hôm nay vừa rất nóng **vừa** oi bức.

   ② 오늘 비가 와서 조금 시원합니다.
   Vì hôm nay trời mưa nên **hơi** mát.

2. Thời tiết hôm nay khoảng bao nhiêu độ C?
   오늘의 날씨는 몇 도입니까?

   ① 오늘은 약 30℃입니다.
   Thời tiết hôm nay khoảng 30 độ C.

   ② 정확히는 모르지만 대략 30℃입니다.
   Không biết chắc chắn, khoảng 30 độ C.

3. Bạn thích thời tiết nào nhất?
   당신은 어떤 날씨를 좋아하십니까?

   ① 저는 더운 날씨를 좋아해서 여름을 좋아합니다.
   Vì tôi thích thời tiết nóng **nên tôi thích** mùa hè.

   ② 저는 땀이 나는 것을 싫어해서 봄과 가을 날씨를 좋아합니다.
   Vì không thích chảy mồ hôi **nên tôi thích thời tiết** mùa xuân **và** mùa thu.

4. Bạn không thích thời tiết nào nhất?
   당신은 어떤 날씨를 가장 싫어하십니까?

   ① 저는 추운 것을 너무 싫어해서 겨울을 싫어합니다.
   Tôi ghét trời lạnh **nên tôi không thích** mùa đông.

   ② 저는 싫어하는 날씨가 없습니다.
   Không có thời tiết nào tôi không thích.

5. Người Hàn Quốc thường làm gì vào mùa hè?

여름에 한국 사람들은 보통 무엇을 합니까?

① 보통 해수욕하러 갑니다.

Thường đi tắm biển.

② 한국 사람들마다 다르겠지만 보통 여행을 갑니다.

Mỗi người Hàn Quốc sẽ có những lựa chọn khác nhau nhưng thường đi du lịch.

6. Mùa hè, bạn thường ăn gì?

여름에 주로 먹는 음식이 있습니까?

① 저는 더워서 냉면을 주로 먹습니다.

Vì rất nóng nên tôi hay ăn mì lạnh.

② 보양식으로 삼계탕을 먹습니다.

Tôi thường ăn món ăn dinh dưỡng như gà hầm sâm.

7. Mùa mưa của Hàn Quốc bắt đầu từ tháng mấy?

한국의 장마는 몇 월부터 시작합니까?

① 보통 7월부터 시작합니다.

Thường bắt đầu từ tháng 7.

② 보통 7월에 시작하지만 베트남과 달리 장마 기간이 짧습니다.

Thường bắt đầu từ tháng 7 và mùa mưa rất ngắn, khác với Việt Nam.

8. Bạn thích trời mưa không? 비 오는 날씨를 좋아합니까?

① 여름에는 덥기 때문에 비 오는 것이 더 좋습니다.

Vì mùa hè rất nóng nên tôi thích trời mưa hơn.

② 저는 비가 오면 활동이 불편해서 비 오는 날씨를 좋아하지 않습니다.

Nếu trời mưa thì hoạt động rất bất tiện nên tôi không thích trời mưa.

Thời tiết Hàn Quốc chia làm bốn mùa là xuân, hạ, thu, đông. Nhưng ở Việt Nam, thời tiết được chia ra thành miền Bắc và miền Nam. Miền Bắc cũng có 4 mùa như Hàn Quốc nhưng không rõ rệt còn miền Nam thì có 2 mùa là mùa khô và mùa mưa. Dạo này thời tiết Hàn Quốc rất lạnh và thỉnh thoảng có tuyết. Mấy ngày trước, bạn tôi đã đi du lịch ở thành phố Hà Nội. Ở đó cũng đang là mùa đông nhưng bạn tôi nói rằng không lạnh như Hàn Quốc. Tôi rất thích trời lạnh và tuyết rơi. Vì tôi thích trượt tuyết mặc dù hay bị lạnh. Nhiệt độ hôm nay xuống âm độ nên cực kỳ lạnh. Sau khi kết thúc mùa đông, nếu có thời gian tôi sẽ đi du lịch đến một đất nước ấm áp như Việt Nam hay Lào.

한국은 춘하추동과 같이 사계절로 나뉩니다. 하지만 베트남의 날씨는 2종류로 남부와 북부로 나뉩니다. 북쪽은 한국과 같이 사계절이지만 뚜렷하지 않고 남쪽은 우기와 건기로 두 계절입니다. 요즘 한국 날씨는 매우 춥고 가끔 눈도 내립니다. 며칠 전, 제 친구는 하노이에 여행을 갔습니다. 그곳 역시 겨울이지만 한국처럼 춥지는 않다고 합니다. 저는 춥고 눈 내리는 날씨를 좋아합니다. 왜냐하면 비록 추위를 많이 타지만 스키 타는 것을 매우 좋아하기 때문입니다. 오늘은 영하까지 내려가서 정말 추웠습니다. 겨울이 끝나고 만약 시간이 있다면 저는 베트남이나 라오스 같은 따뜻한 나라로 여행을 가고 싶습니다.

- 베트남의 북부, 중부, 남부

북부 : miền Bắc 또는 Bắc bộ   중부 : miền Trung 또는 Trung bộ   남부 : miền Nam 또는 Nam bộ

- 정도 부사

rất + 동사/형용사 : 매우 ~하다 [평서문]   동사/형용사 + **quá, lắm** : 정말 ~하구나! [감탄문]

cực kỳ + 동사/형용사 : 정말/엄청나게 ~하다 [평서문/감탄문]

새단어

□ chia làm/chia ra 나뉘다	□ lạnh 추운	□ thỉnh thoảng 때때로
□ có tuyết 눈이 내리다	□ miền Bắc 북부	□ trượt tuyết 스키 타다
□ cũng 역시, 또한	□ mùa khô 건기	□ trời lạnh 추운 날씨
□ cực kỳ 극히, 대단히	□ mùa mưa 우기, 장마	□ tuyết rơi 눈이 내리다
□ hay bị lạnh 추위를 많이 타다	□ mấy ngày trước 며칠 전	□ xuống 내려가다
□ không rõ rệt 뚜렷하지 않다	□ một đất nước ấm áp 따뜻한 나라	□ âm độ 영하
□ kết thúc 끝마치다	□ thành ~이 되다	□ ở đó 거기에, 그곳

만들어 보세요! 나에게 맞는 스토리로 만들어 외워 보세요.

Thời tiết Hàn Quốc chia làm bốn mùa là xuân, hạ, thu, đông. Nhưng ở Việt Nam, thời tiết được chia ra thành miền Bắc và miền Nam. Miền Bắc cũng có 4 mùa như Hàn Quốc nhưng không rõ rệt còn miền Nam thì có 2 mùa là mùa khô và mùa mưa. Dạo này thời tiết Hàn Quốc ① ▢▢▢▢▢▢▢▢▢ (요즘 한국 날씨) ▢▢▢. Mấy ngày trước, bạn tôi đã đi du lịch ở thành phố Hà Nội. Ở đó cũng đang là mùa đông nhưng bạn tôi nói rằng không lạnh như Hàn Quốc. Tôi rất thích trời ② ▢▢▢ (좋아하는 날씨) ▢▢. ③ ▢▢▢▢▢▢▢ (좋아하는 이유) ▢▢▢▢▢▢ Nhiệt độ hôm nay xuống âm độ nên cực kỳ lạnh. Sau khi kết thúc mùa đông, nếu có thời gian tôi sẽ đi du lịch đến một đất nước ấm áp như Việt Nam hay Lào.

한국은 춘하추동과 같이 사계절로 나뉩니다. 하지만 베트남의 날씨는 2종류로 남부와 북부로 나뉩니다. 북쪽은 한국과 같이 사계절이지만 뚜렷하지 않고 남쪽은 우기와 건기로 두 계절입니다. 요즘 한국 날씨는 ① ▢▢▢▢▢▢▢▢▢▢▢▢. 며칠 전, 제 친구는 하노이에 여행을 갔습니다. 그곳 역시 겨울이지만 한국처럼 춥지는 않다고 합니다. 저는 ② ▢▢▢▢▢▢▢▢▢ 를 좋아합니다. ③ ▢▢▢▢▢▢▢▢▢▢▢▢▢▢▢▢ 오늘은 영하까지 내려가서 정말 추웠습니다. 겨울이 끝나고 만약 시간이 있다면 저는 베트남이나 라오스 같은 따뜻한 나라로 여행을 가고 싶습니다.

▶ **패턴별** 다른 표현들 나에게 맞는 표현을 찾아 위의 문장에 대입시켜 보세요.

① **요즘 한국 날씨**	눈이 자주 오고 길이 미끄러워요		tuyết hay rơi và đường phố rất trơn
	굉장히 따뜻해요		rất ấm
② **좋아하는 날씨**	따뜻하고 가볍게 바람이 부는 날씨		thời tiết ấm áp và gió thổi nhẹ nhàng
	덥고 뜨거운 날씨		thời tiết nóng và nắng
	시원하고 기분 좋은 날씨		thời tiết mát mẻ và dễ chịu
	춥고 눈 오는 날씨		thời tiết lạnh và có tuyết
③ **좋아하는 이유**	왜냐하면 저는 꽃을 매우 좋아해서 따뜻한 날씨가 좋아요.		
	Vì tôi rất thích hoa nên thích trời ấm áp.		
	왜냐하면 저는 스케이트 타는 걸 좋아해서 겨울이 좋아요.		
	Vì tôi thích trượt băng nên thích mùa đông.		

※ 〈부록〉 기초 단어를 활용해 다양한 표현을 만들어 보세요.

1. Ở Hàn Quốc có mấy mùa? 한국은 몇 계절이 있나요?

① 한국은 사계절이 있습니다.

> Ở Hàn Quốc có 4 mùa.

② 한국은 춘하추동이 있고 뚜렷한 사계절입니다.

> Ở Hàn Quốc có 4 mùa rõ rệt như xuân hạ thu đông.

2. Bạn có biết về thời tiết Việt Nam không? 베트남 날씨에 대해 알고 있습니까?

① 네, 아직 가보진 못했지만 굉장히 덥다고 들었습니다.

> Dạ, tôi chưa bao giờ đi Việt Nam nhưng nghe nói rất nóng.

② 네, 북쪽은 한국과 같이 사계절이고 남쪽은 우기와 건기가 있습니다.

> Dạ, miền Bắc thì có 4 mùa như Hàn Quốc còn miền Nam thì có mùa mưa và mùa khô.

3. (Nếu đến Việt Nam) Thời tiết Việt Nam thế nào?

(베트남을 가봤다면) 베트남 날씨가 어땠습니까?

① 저는 6월에 갔었는데 굉장히 더웠습니다.

> Tôi đã đi hồi tháng 6 rất nóng.

② 베트남은 굉장히 더웠지만 습하지 않아서 좋았습니다.

> Việt Nam rất nóng nhưng không oi bức nên tôi thấy không vấn đề gì.

4. Người Hàn Quốc thường làm gì vào mùa đông?

한국 사람들은 겨울에 보통 무엇을 합니까?

① 한국 사람들은 보통 스케이트나 스키 같은 스포츠를 즐깁니다.

> Người Hàn Quốc thường chơi các môn thể thao như trượt băng hoặc là trượt tuyết.

② 한국 사람들은 찜질방이나 사우나를 이용합니다.

> Người Hàn Quốc thường đi phòng tắm hơi hoặc là đi sauna.

5. Người Hàn Quốc thường ăn gì vào mùa đông?
한국 사람들은 겨울에 주로 어떤 음식을 먹나요?

① 따뜻한 국물 음식을 먹습니다.
Thường ăn các món canh nóng.

② 겨울은 귤이 맛있습니다.
Mùa đông quýt rất ngon.

6. Bạn đã làm người tuyết bao giờ chưa? 눈사람을 만들어본 적 있나요?

① 네. 어렸을 때 자주 만들었습니다.
Dạ có. Khi còn nhỏ, tôi hay làm người tuyết.

② 아니요. 한 번도 만들어 본 적이 없습니다.
Dạ chưa. Tôi chưa bao giờ làm người tuyết.

7. Bạn có kế hoạch gì vào ngày giáng sinh không?
크리스마스 때 계획이 있나요?

① 네, 가족과 함께 저녁 식사를 함께 할 예정입니다.
Dạ, tôi sẽ ăn tối với gia đình.

② 글쎄요, 화이트 크리스마스를 기대하는데 잘 모르겠습니다.
Tôi cũng chưa biết, Tôi mong đợi ngày giáng sinh sẽ có tuyết rơi nhưng cũng
không biết nữa.

8. Vào dịp tết nguyên đán, bạn thường làm gì?
설날에 보통 무엇을 합니까?

① 가족들과 함께 음식도 먹고, 대화도 합니다.
Vừa ăn uống với cả gia đình vừa nói chuyện.

② 친척들을 방문하고, 안부를 묻습니다.
Thăm họ hàng và hỏi han về sức khỏe.

● 어휘 익히기

(1) 계절

mùa	계절	mùa mưa	우기
mùa xuân	봄	mùa khô	건기
mùa hè	여름	thời tiết	날씨
mùa thu	가을	khí hậu	기후
mùa đông	겨울	xuân hạ thu đông	춘하추동

(2) 날씨

nóng	더운	lạnh / rét	추운
mát mẻ	시원한	ấm	따뜻한
trời mưa	비가 오는	có tuyết / tuyết rơi	눈이 오는
âm u	흐린	nắng	맑은
hanh khô	건조한	oi bức / ẩm ướt	습한
không khí	공기	dễ chịu	상쾌한, 기분 좋은

유용한 표현사전 10

주제에 관한 다양하고 유용한 표현들입니다. 자신에게 맞는 문장을 체크하고 재미있는 스토리를 만들어보세요. 어떤 질문에도 당황하지 않고 나만의 표현력은 물론, 논리력에도 자신감이 생깁니다.

☐ 한국은 4계절이 있습니다.
Ở Hàn Quốc có 4 mùa.

☐ 오늘 날씨는 매우 춥습니다.
Thời tiết hôm nay rất lạnh.

☐ 오늘은 약 영하 10℃입니다.
Hôm nay khoảng âm 10 độ C.

☐ 요즘 한국도 여름입니다.
Dạo này Hàn Quốc cũng đang là mùa hè.

☐ 한국의 여름은 습해서 굉장히 짜증 납니다.
Mùa hè Hàn Quốc rất khó chịu vì oi bức.

☐ 눈이 오면 저는 스키를 타러 갑니다.
Khi tuyết rơi, em thường đi trượt tuyết.

☐ 저는 여름에 해수욕장 가는 것을 무척 좋아합니다.
Em rất thích đi tắm biển vào mùa hè.

☐ 4계절 중 저는 가을을 가장 좋아합니다.
Trong 4 mùa em thích nhất là mùa thu.

☐ 오늘 비가 와서 매우 시원합니다.
Vì hôm nay trời mưa nên rất mát.

☐ 제가 느끼기엔 베트남 날씨와 한국 여름의 날씨는 굉장히 비슷합니다.
Em thấy thời tiết Việt Nam và thời tiết mùa hè Hàn Quốc rất giống nhau.

IM : Intermediate Mid

6~10과

익숙한 화제에 대해, 짧지만 비교적 자연스럽고 구체적으로 설명이 가능합니다.
1:1 응대가 가능하며 회의에서 전체적인 맥락을 파악할 수 있는 수준으로,
회의 중 간단한 의사 표현과 정해진 양식을 활용하여 문서 작성이 가능합니다.

Bạn thấy món ăn Việt Nam thế nào?

당신이 느끼기에 베트남 음식은 어떤가요?

음식 관련 질문은 OPI 시험에서 가장 빈출도 높은 질문 중 하나
입니다. 베트남과 한국의 음식과 종류, 소개하고 싶은 이유 등을
학습해 보세요.

핵심 패턴

- ngoài + 명사 : 명사를 제외하고
- ai cũng : 누구든
- lúc nào cũng : 언제든
- càng ~ càng ~ : ~하면 할수록

다양한 질문 유형 파악하기

🎧 09-1
"음식"의 다양한 질문 유형입니다.

- **Bạn muốn giới thiệu về món ăn Hàn Quốc nào cho người Việt Nam?** 베트남 사람에게 어떤 한국 음식을 소개해주고 싶은가요?

- **Hãy giới thiệu về một món ăn Hàn Quốc cho người nước ngoài.** 외국인에게 한국 음식 한 가지를 소개해주세요.

🎧 09-2
"음식"에 관한 다른 표현의 질문들입니다.

① Bạn đã ăn món ăn Việt Nam bao giờ chưa?
당신은 베트남 음식을 먹어본 적이 있습니까?

➜ Dĩ nhiên. Tôi rất thích món ăn Việt Nam.
물론입니다. 저는 베트남 음식을 매우 좋아합니다.

② Món ăn truyền thống của Hàn Quốc là gì?
한국 전통음식은 무엇입니까?

➜ Món ăn truyền thống của Hàn Quốc có nhiều loại và rất đa dạng như cơm trộn, thịt bò nướng, bánh gạo cay, vân vân.
한국 전통음식은 비빔밥, 불고기, 떡볶이 등으로 다양하고 많은 종류가 있습니다.

③ Bạn thích món ăn nào nhất trong các món ăn của Việt Nam?
베트남 음식 중 어떤 음식을 제일 좋아하나요?

➜ Tôi thích bún chả nhất. Bún chả có vị chua ngọt.
저는 분짜를 가장 좋아합니다. 분짜는 새콤달콤 맛있습니다.

핵심 패턴 익히기

● **ngoài + 명사** : 명사를 제외하고

> **ngoài + 명사, 주어 + 서술어**

Ngoài món ăn Việt Nam, bạn còn thích món ăn nào nữa?
베트남 음식을 제외하고 당신은 어떤 음식을 좋아해요?

Ngoài bún chả, tôi thích lẩu hải sản nữa. 분짜를 제외하고 해물전골도 좋아해요.

● **ai cũng** : 누구든

> **ai cũng + 형용사/동사**

Ai cũng thích món ăn Việt Nam. 누구든 베트남 음식을 좋아해요.
Ai cũng ăn được vì không cay. 맵지 않아서 누구든 먹을 수 있어요.

● **lúc nào cũng** : 언제든

> **명사 + lúc nào cũng + 서술어 / lúc nào + 주어 + cũng + 서술어**

Món ăn này lúc nào cũng có thể ăn được. 이 음식은 언제든 먹을 수 있어요.
Lúc nào tôi cũng đi học. 저는 언제든 학교에 갑니다.

● **càng ~ càng ~** : ~하면 할수록

> **명사 + càng + 동사/명사 + càng + 동사/형용사**

Món này càng ăn càng ngon. 이 음식은 먹으면 먹을수록 맛있어요.
Rượu này càng uống càng say. 이 술은 마시면 마실수록 취해요.

> **càng + 동사/명사 + càng + 동사/형용사**

Càng ngày càng mệt. 날이 가면 갈수록 피곤하다.
Càng học tiếng Việt càng khó. 베트남 공부는 하면 할수록 어렵다.

Mấy tháng trước, tôi đã đi du lịch ở Việt Nam với gia đình. Lúc đó tôi thấy ấn tượng nhất là những món ăn của Việt Nam rất ngon. Khi đi du lịch ở Việt Nam, tôi đã ăn khá nhiều món, chẳng hạn như: bún chả, phở thập cẩm, bánh xèo, bánh mì, vân vân. Nhưng tôi thấy ngon nhất là bún chả. Bún chả có vị chua ngọt nên rất ngon và hợp khẩu vị của tôi. Nghe nói tổng thống Mỹ Obama khi đến Hà Nội, ông ấy đã ăn bún chả nên chắc bây giờ món ăn này đã nổi tiếng hơn rồi. Ngoài bún chả, có khá nhiều món ăn Việt Nam được người Hàn Quốc rất yêu thích. Chắc là ai cũng yêu thích món ăn Việt Nam. Tôi thích mọi món ăn của Việt Nam trừ rau mùi. Rau mùi có hương vị đặc biệt nên khi ăn tôi thấy hơi khó chịu một chút.

몇 달 전, 저는 가족과 함께 베트남에 여행을 갔었어요. 그때 제가 인상 깊었던 것은 베트남의 맛있는 음식들이었습니다. 베트남 여행을 할 때, 저는 반미, 반쎄오, 스페셜 쌀국수, 분짜 등 베트남 음식을 많이 먹었습니다. 하지만 가장 맛있었던 것은 분짜였습니다. 분짜는 새콤달콤해서 굉장히 맛있었고, 제 입맛에 잘 맞았습니다. 듣기로는 미국 오바마 대통령이 하노이에 가서 분짜를 먹었다고 들었는데 그래서 더 유명해진 듯합니다. 분짜 외에도 한국 사람들은 베트남 음식을 굉장히 좋아합니다. 아마 누구든 베트남 음식을 좋아할 거예요. 저는 고수 빼고 모든 베트남 음식을 좋아합니다. 고수는 특별한 향이 있어서 베트남 음식을 먹을 때 조금 힘듭니다.

---

* 'trừ'는 '~ 빼고'라는 뜻으로, 'trừ' 뒤의 내용(싫어하는 것)을 빼고, 'trừ' 앞의 내용을 좋아한다는 의미로 표현됩니다.
  Tôi thích tất cả các món ăn trừ món ăn cay. 나는 매운 음식을 빼고 모든 베트남 음식을 좋아한다.

새단어 ◀

□ chua ngọt 새콤달콤하다	□ món ăn 음식	□ phở thập cẩm 스페셜 쌀국수
□ chắc là 아마	□ mấy tháng trước 몇 달 전	□ rau ngò(남) = rau mùi(북) 고수
□ chẳng hạn như 예를 들어	□ mọi 모든	□ tổng thống 대통령
□ hương vị đặc biệt 특별한 향기	□ ngon 맛있다	□ vân vân 등등
□ hợp khẩu vị 입맛에 맞다	□ ngoài 그 외에	□ yêu thích 유명하다, 인기 있다
□ loại 종류	□ nổi tiếng 유명한	□ ấn tượng 인상 깊은

만들어 보세요! 나에게 맞는 스토리로 만들어 외워 보세요.

Mấy tháng trước, tôi đã đi du lịch ở Việt Nam với gia đình. Lúc đó tôi thấy ấn tượng nhất là những món ăn của Việt Nam rất ngon. Khi đi du lịch ở Việt Nam, tôi đã ăn khá nhiều món, chẳng hạn như: bún chả, phở thập cẩm, bánh xèo, bánh mì, vân vân. Nhưng tôi thấy ngon nhất là ① (베트남 음식) . ① (베트남 음식) ② (맛 표현) nên rất ngon và hợp khẩu vị của tôi. Nghe nói tổng thống Mỹ Obama khi đến Hà Nội, ông ấy đã ăn ① (베트남 음식) nên chắc bây giờ món ăn này đã nổi tiếng hơn rồi. Ngoài ① (베트남 음식), có khá nhiều món ăn Việt Nam được người Hàn Quốc rất yêu thích. Chắc là ai cũng yêu thích món ăn Việt Nam. Tôi thích mọi món ăn của Việt Nam trừ ③ (싫어하는 재료). ③ (싫어하는 재료) có hương vị đặc biệt nên khi ăn tôi thấy hơi khó chịu một chút.

몇 달 전, 저는 가족과 함께 베트남에 여행을 갔었어요. 그때 제가 인상 깊었던 것은 베트남의 맛있는 음식들이었습니다. 베트남 여행을 할 때, 저는 반미, 반쎄오, 스페셜 쌀국수, 분짜 등 베트남 음식을 많이 먹었습니다. 하지만 가장 맛있었던 것은 ① 였습니다. ① 는 ② 해서 굉장히 맛있었고, 제 입맛에 잘 맞았습니다. 듣기로는 미국 오바마 대통령이 하노이에 가서 ① 를 먹었다고 들었는데 그래서 더 유명해진 듯합니다. ① 외에도 한국 사람들은 베트남 음식을 굉장히 좋아합니다. 아마 누구든 베트남 음식을 좋아할 거예요. 저는 ③ 빼고 모든 베트남 음식을 좋아합니다. ③ 는 특별한 향이 있어서 베트남 음식을 먹을 때 조금 힘듭니다.

패턴별 다른 표현들 나에게 맞는 표현을 찾아 위의 문장에 대입시켜 보세요.

①	베트남 음식	해물전골	lẩu hải sản
		반미(베트남식 샌드위치)	bánh mì
		소고기 채소볶음	rau xào thịt bò
②	맛 표현	다소 맵지만 국물이 진하다	hơi cay nhưng nước canh đậm đà
		다소 짜지만 나는 짜고 매운맛을 좋아한다	khá mặn nhưng tôi thích vị mặn và cay
③	싫어하는 재료	매운 고추 ớt cay 숙주 giá đỗ	향채 rau thơm

* 〈부록〉 기초 단어를 활용해 다양한 표현을 만들어 보세요.

1. Bạn thích đồ ăn Việt Nam không? 당신은 베트남 음식을 좋아하나요?

① 저는 베트남 음식을 매우 좋아합니다.

Dạ tôi rất thích món ăn Việt Nam.

② 베트남 음식은 제 입맛에 잘 맞습니다.

Món ăn Việt Nam rất hợp khẩu vị của tôi.

2. Bạn đã ăn món ăn Việt Nam ở đâu? 당신은 어디에서 베트남 음식을 먹어봤습니까?

① 저는 아직 베트남을 가보지 않아서 한국에서 베트남 음식을 주로 먹었습니다.

Tôi chưa bao giờ đi Việt Nam nên tôi thường ăn món ăn Việt Nam tại Hàn Quốc.

② 저는 한국에 있는 베트남 음식점에서도 먹어봤고, 베트남에서도 먹어봤습니다.

Tôi vừa ăn ở nhà hàng Việt Nam tại Hàn Quốc vừa ăn ở Việt Nam.

3. Dạo này ở Hàn Quốc có nhiều nhà hàng Việt Nam không?
요즘 한국에 베트남 음식점이 많나요?

① 한국 사람들은 베트남 음식을 좋아해서 베트남 음식점이 많습니다.

Người Hàn Quốc rất yêu thích món ăn Việt Nam nên gần đây có nhiều nhà hàng Việt Nam tại Hàn Quốc.

② 요즘 베트남 음식점이 인기 있습니다.

Dạo này món ăn Việt Nam rất được yêu mến.

4. Bạn đã ăn món ăn Việt Nam ở Việt Nam bao giờ chưa?
베트남에서 베트남 음식을 먹어본 적이 있습니까?

① 저는 아직 베트남에 가본 적이 없습니다.

Tôi chưa bao giờ đi Việt Nam.

② 베트남에 여행 갔을 때 많이 먹고 왔습니다.

Khi đi du lịch ở Việt Nam, tôi đã ăn nhiều rồi.

5. Bạn đã ăn món ăn Việt Nam nào? 당신은 어떤 베트남 음식들을 먹어봤나요?

① 저는 쌀국수만 먹어봤습니다.

Tôi chỉ ăn phở **thôi.**

② 굉장히 많습니다. 쌀국수, 분짜, 반쎄오, 반미 등 다양한 베트남 음식을 먹어봤습니다.

Nhiều lắm ạ. Tôi đã ăn rất nhiều món ăn Việt Nam như: bánh mì, bánh xèo, bún chả, phở **vân vân.**

6. Bạn thích món ăn Việt Nam nào nhất? 당신이 가장 좋아하는 베트남 음식은 무엇입니까?

① 저는 분팃능을 가장 좋아합니다.

Tôi thích nhất là bún thịt nướng.

② 저는 껌슨을 가장 좋아합니다.

Tôi thích nhất là cơm sườn.

7. Người Hàn Quốc có thích đồ ăn Việt Nam không?
한국 사람들은 보통 베트남 음식을 좋아하나요?

① 한국 사람에게 베트남 음식은 굉장히 대중적입니다. 그래서 베트남 음식을 매우 좋아합니다.

Đối với người Hàn Quốc, món ăn Việt Nam rất dân dã nên rất thích.

② 고수를 빼면 한국 사람들도 베트남 음식을 잘 먹습니다.

Người Hàn Quốc thích món ăn Việt Nam trừ rau mùi.

8. Bạn có thể ăn rau mùi(ngò) không? 당신은 고수를 먹을 수 있나요?

① 전 고수 좋아합니다.

Dạ tôi thích rau mùi lắm.

② 죄송하지만, 저는 고수를 싫어합니다.

Xin lỗi nhưng tôi không thích rau mùi.

Tôi muốn giới thiệu về món cơm trộn Hàn Quốc. Tiếng Hàn gọi là 'Bibimbap'. Cơm trộn là một món ăn truyền thống của Hàn Quốc. Nguyên liệu nấu món ăn này rất đơn giản nên ai cũng thích và lúc nào cũng có thể ăn được. Cách chế biến cũng rất dễ. Đầu tiên chuẩn bị cơm và các loại rau tươi : như rau bina, cà rốt, giá đỗ. Sau khi chuẩn bị nguyên liệu, cho thêm tương ớt và trứng rán rồi trộn đều với nhau. Một người bạn Việt Nam của tôi nói rằng cơm trộn Hàn Quốc càng ăn càng ngon. Khi nghe bạn nói như vậy, tôi thấy rất vui sướng. Vì đã giới thiệu được món cơm trộn Hàn Quốc cho bạn đó.

저는 한국의 껌쫀을 소개해주고 싶습니다. 한국어로는 '비빔밥'이라고 불립니다. 비빔밥은 한국 전통 음식 중 하나입니다. 음식재료가 매우 간단하기 때문에 누구나 좋아하고 어디서든 먹을 수 있습니다. 만드는 방법 또한 매우 쉽습니다. 처음에 밥과 시금치, 당근, 콩나물과 같은 가속 채소를 준비합니다. 재료들을 준비하고, 고추장과 달걀 프라이를 넣고 비벼줍니다. 제 베트남 친구가 말하길 한국 비빔밥은 먹으면 먹을수록 맛있다고 했습니다. 제 친구가 그렇게 말할 때 저는 굉장히 기분이 좋았습니다. 왜냐하면 제가 한국의 껌쫀에 대해 그 친구에게 소개해줬기 때문입니다.

새단어

- ai cũng 누구든
- càng ăn càng ngon 먹을수록 맛있다
- cà rốt 당근
- cách chế biến 요리방법
- cơm trộn Hàn Quốc 한국 비빔밥
- giá đỗ 숙주
- gọi là ~로 부르길
- lúc nào 어디든
- nguyên liệu nấu ăn 음식 재료
- nói như vậy 그렇게 말하다
- nói rằng (= nói là) ~가 말하길
- rau bina 시금치
- rau tươi 신선한 채소
- tiếng Hàn 한국어
- truyền thống 전통
- trộn đều với nhau 서로 비비다
- trứng rán 달걀 프라이
- tương ớt 고추장
- vui sướng 기분이 좋은
- đơn giản 간단한

만들어 보세요! 나에게 맞는 스토리로 만들어 외워 보세요.

Tôi muốn giới thiệu về ① (소개해주고 싶은 한국 음식) Hàn Quốc. Tiếng Hàn gọi là ①' (한국 음식) '. ① (한국 음식) là một món ăn truyền thống của Hàn Quốc. Nguyên liệu nấu món ăn này rất đơn giản nên ai cũng thích và lúc nào cũng có thể ăn được. Cách chế biến cũng rất dễ. Đầu tiên chuẩn bị ② (준비 재료) . Sau khi chuẩn bị nguyên liệu, ③ (만드는 방법) . Một người bạn Việt Nam của tôi nói rằng ① (한국 음식) Hàn Quốc càng ăn càng ngon. Khi nghe bạn nói như vậy, tôi thấy rất vui sướng. Vì đã giới thiệu được ① (한국 음식) Hàn Quốc cho bạn đó.

저는 ① 을 소개해주고 싶습니다. 한국어로는 ①' '이라고 불립니다. ① 은 한국 전통 음식 중 하나입니다. 음식재료가 매우 간단하기 때문에 누구나 좋아하고 어디서든 먹을 수 있습니다. 만드는 방법 또한 매우 쉽습니다. 처음에 ② 를 준비합니다. 재료들을 준비하고, ③ . 제 베트남 친구가 말하길 한국 ① 은 먹으면 먹을수록 맛있다고 했습니다. 제 친구가 그렇게 말할 때 저는 굉장히 기분이 좋았습니다. 왜냐하면 제가 한국의 ① 에 대해 그 친구에게 소개해줬기 때문입니다.

패턴별 다른 표현들 | 나에게 맞는 표현을 찾아 위의 문장에 대입시켜 보세요.

① 소개해주고 싶은 한국 음식	김치찌개	lẩu Kimchi
	김치볶음밥	cơm rang Kimchi
	불고기	thịt bò nướng
② 준비 재료	물, 김치, 돼지고기	nước, Kimchi, thịt lợn(heo)
	김치, 소시지, 설탕	Kimchi, xúc xích, đường
	소고기, 버섯, 양파, 당근과 같은 채소	thịt bò, các loại rau tươi như cà rốt, hành tây, nấm
③ 만드는 방법	끓이다 nấu sôi / đun sôi	굽다 nướng
	볶다 xào	삶다 luộc
	비비다 trộn	졸이다 đun sôi làm khô cạn

* 〈부록〉 기초 단어를 활용해 다양한 표현을 만들어 보세요.

9과 당신이 느끼기에 베트남 음식은 어떤가요? 143

1. Món ăn Hàn Quốc thường có cay không?
한국 음식은 대체로 매운가요?

① 한국 사람들은 매운 음식을 좋아합니다.

Dạ người Hàn Quốc thường thích ăn món cay.

② 전부 다 매운 것은 아닙니다.

Không phải tất cả đều là món ăn cay.

2. Đồ ăn giao tận nhà thế nào? 배달음식은 어떤가요?

① 다양한 종류를 주문할 수 있어서 좋습니다.

Tôi rất thích vì có thể gọi nhiều loại món ăn.

② 매일 혼자 먹고, 배달음식을 주문해 먹습니다.
그래서 외롭기도 하고 건강에 좋지 않은 것 같습니다.

Mỗi ngày tôi ăn cơm một mình và luôn luôn gọi thức ăn giao đến.
Nên tôi cảm thấy cô đơn và cũng không tốt cho sức khỏe.

3. Vào ngày tết hoặc là trung thu, người Hàn Quốc thường ăn gì?
설날이나 추석에 한국 사람들은 보통 무엇을 먹나요?

① 설에는 '떡국'을 먹고, 추석에는 '송편'을 먹습니다.

Vào ngày tết, thường ăn canh bánh gạo 'Tteokguk' còn vào ngày trung thu,
thường ăn bánh gạo 'Songpyeon'.

② 한국 전통 음식을 먹습니다.
베트남은 설날에 반쯩을 먹는다고 들었습니다. 맞나요?

Thường ăn món ăn truyền thống Hàn Quốc.
Nghe nói vào ngày Tết, ở Việt Nam sẽ ăn bánh chưng, có phải không?

4. Món ăn truyền thống của Hàn Quốc là gì?
한국의 전통음식은 무엇인가요?

① 굉장히 많습니다. 떡볶이, 불고기, 삼계탕 등이 한국의 전통음식입니다.

Nhiều lắm ạ. Tteokbokki(Bánh gạo cay), Bulgogi(thịt bò nướng), Samgyetang(gà hầm sâm) là những món ăn truyền thống của Hàn Quốc.

② 지역별로 다릅니다.

Tùy theo từng khu vực mà ẩm thực truyền thống cũng khác nhau.

5. Nếu tôi đi du lịch ở Hàn Quốc thì bạn sẽ giới thiệu món ăn Hàn Quốc nào và vì sao? 제가 만약 한국에 놀러 간다면 어떤 한국 음식을 소개하고 싶고, 그 이유는 무엇입니까?

① 저는 '삼계탕'을 소개해드리고 싶습니다. 왜냐하면 삼계탕은 맵지 않고 베트남 사람들도 국과 닭고기를 좋아하기 때문에 아마 맛있게 드실 수 있을 듯합니다.

Tôi muốn giới thiệu về Samgyetang(gà hầm sâm). Vì Samgyetang(gà hầm sâm) không cay, hơn nữa người Việt Nam cũng thích canh và thịt gà nên chắc là ăn sẽ rất ngon miệng.

② 저는 '떡볶이'를 소개하고 싶습니다. 비록 다소 맵지만 떡볶이는 맵고 달기 때문에 만약 한 번 드셔보시면 절대 잊을 수 없을 겁니다.

Tôi muốn giới thiệu về Tteokbokki(bánh gạo cay). Tuy cay một chút nhưng Tteokbokki(bánh gạo cay) vừa ngọt vừa cay nên nếu ăn một lần thì chắc chắn sẽ không thể quên được.

6. Bạn thích món ăn Hàn Quốc nào nhất?
당신이 가장 좋아하는 음식은 어떤 건가요?

① 저는 '삼겹살'을 가장 좋아합니다.

Tôi thích Samgyeopsal(thịt ba chỉ).

② 저는 매운 음식 빼고 모든 음식을 다 좋아합니다.

Tôi thích mọi món ăn trừ món ăn cay.

학습 더하기+

● 어휘 익히기

(1) 베트남 음식

phở	쌀국수	sò điệp nướng	가리비 구이
phở bò	소고기 쌀국수	bún bò nam bộ (=bún thịt nướng)	분보남보 (= 남부: 분팃능)
phở tái	덜 익힌 소고기 쌀국수	nem (=chả giò)	넴 (= 남부: 짜조)
phở chín	익힌 소고기 쌀국수	gỏi cuốn	월남쌈
phở gà	닭고기 쌀국수	bánh xèo	반쎄오
phở hải sản	해산물 쌀국수	bánh canh cua	반깐꾸어
cơm rang (북) cơm chiên (남)	볶음밥	lẩu hải sản	해물전골

(2) 음료/디저트

món tráng miệng	디저트	đồ uống / thức uống	음료
bia	맥주	sữa	우유
rượu	술	nước cam	오렌지주스
rượu truyền thống	전통술	trà	차
rượu nho	와인	sinh tố	스무디
chè	쩨 (베트남식 빙수)	cà phê	커피
nước	물	kem	아이스크림

(3) 맛 표현

vị	맛	chua	시다
ngon	맛있다	bùi	고소하다
ngọt	달다	mỡ	느끼하다
đắng	쓰다	chua ngọt	새콤달콤하다
mặn	짜다	nhạt	싱겁다
cay	맵다	đậm	진하다

주제에 관한 다양하고 유용한 표현들입니다. 자신에게 맞는 문장을 체크하고 재미있는 스토리를 만들어보세요. 어떤 질문에도 당황하지 않고 나만의 표현력은 물론, 논리력에도 자신감이 생깁니다.

☐ 제가 느끼기에 베트남 음식은 매우 맛있습니다.

Em thấy món ăn Việt Nam rất ngon.

☐ 분짜는 특별한 음식 중 하나인듯합니다.

Em thấy bún chả là một trong những món ăn đặc biệt.

☐ 베트남 음식 중 반쎄오가 가장 맛있습니다.

Trong những món ăn Việt Nam bánh xèo ngon nhất.

☐ 저는 해산물을 먹지 못합니다.

Em không ăn được hải sản.

☐ 한국의 전통 음식은 삼계탕입니다.

Món ăn truyền thống Hàn Quốc là Samgyetang(gà hầm sâm).

☐ 한국인은 매운 음식을 좋아합니다.

Người Hàn Quốc rất thích món ăn cay.

☐ 베트남의 신또(스무디)는 매우 맛있어요.

Sinh tố Việt Nam rất ngon.

☐ 기회가 된다면 베트남에서 베트남 음식을 먹고 싶어요.

Nếu có dịp thì em muốn ăn món ăn Việt Nam ở Việt Nam.

☐ 베트남 음식은 제 입맛에 잘 맞습니다.

Món ăn Việt Nam rất hợp khẩu vị của em.

☐ 저는 고수를 못 먹습니다.

Em không ăn được rau ngò.

IM

: Intermediate Mid

6~10과

익숙한 화제에 대해, 짧지만 비교적 자연스럽고 구체적으로 설명이 가능합니다.
1:1 응대가 가능하며 회의에서 전체적인 맥락을 파악할 수 있는 수준으로,
회의 중 간단한 의사 표현과 정해진 양식을 활용하여 문서 작성이 가능합니다.

Bạn đã đi du lịch ở Việt Nam bao giờ chưa?

당신은 베트남에 여행을 가본 적이 있나요?

베트남 여행에 대해 유학 및 거주 등 여행 경험에 관한 구체적인
답변을 할 수 있도록 준비해 보세요.

핵심 패턴

- đã ~ bao giờ chưa? / đã bao giờ ~ chưa? : ~해본 적 있니?
- chưa bao giờ : 아직 ~ 해본 적이 없다
- không những ~ mà còn ~ : ~할 뿐만 아니라 ~하기까지 하다
- Nếu ~ thì ~ : 만약 ~하면

다양한 질문 유형 파악하기

"베트남 여행"의 **다양한 질문 유형**입니다.　🎧 10-1

- **Hãy nói về một chuyến đi du lịch ở Việt Nam mà bạn nhớ nhất.** 베트남 여행에서 가장 기억에 남는 것을 소개해 보세요.

- **Khi đến Việt Nam, bạn thấy ấn tượng nhất là điều gì?**
  당신이 베트남 여행을 갔을 때, 가장 기억에 남는 것은 무엇입니까?

"베트남 여행"에 관한 **다른 표현**의 질문들입니다.　🎧 10-2

① Bạn đã đi du lịch ở Việt Nam bao giờ chưa?
　당신은 베트남에 여행 가본 적 있나요?

　➡ Vâng ạ. Tôi đã đi du lịch ở Việt Nam nhiều lần rồi.
　　네. 저는 베트남 여행을 여러 번 했습니다.

② Bạn thấy người Việt Nam thế nào?
　당신이 느끼기에 베트남 사람은 어떤가요?

　➡ Tôi thấy người Việt Nam không những vui tính mà còn hiền.
　　제가 느끼기에 베트남 사람은 유쾌할 뿐만 아니라 착합니다.

③ Khi đi du lịch ở Việt Nam, bạn thấy thú vị nhất là điều gì?
　베트남 여행을 할 때, 당신이 가장 재밌었던 것은 무엇이었나요?

　➡ Tôi thấy thú vị nhất là đi mua sắm ở chợ truyền thống Việt Nam. Lúc đó tôi không biết tiếng Việt nhưng tôi và người bán hàng người Việt Nam đã hiểu nhau.
　　제가 제일 재미있었던 것은 베트남의 전통 시장에서 쇼핑을 하는 것이었습니다. 그때 저는 베트남어를 못했지만 저와 베트남 상인은 서로 이해할 수 있었습니다.

핵심 패턴 익히기

● **đã ~ bao giờ chưa? / đã bao giờ ~ chưa?** : ~해본 적 있니?

> 주어 + đã + 서술어 + bao giờ chưa?

Bạn đã ăn món ăn Việt Nam bao giờ chưa? 당신은 베트남 음식을 먹어본 적이 있습니까?

> 주어 + đã bao giờ + 서술어 + chưa?

Bạn đã bao giờ đến Việt Nam chưa? 당신은 베트남에 가본 적이 있습니까?

● **chưa bao giờ** : 아직 ~ 해본 적이 없다

> 주어 + chưa bao giờ + 행위

Tôi chưa bao giờ ăn món ăn Việt Nam. 저는 아직 베트남 음식을 먹어본 적이 없습니다.

Tôi chưa bao giờ đi du lịch ở Việt Nam. 저는 아직 베트남 여행을 해본 적이 없습니다.

● **không những ~ mà còn ~** : ~할 뿐만 아니라 ~하기까지 하다

> 주어 + không những + 행위1/형태1 + mà còn + 행위2/형태2

Anh ấy không những đẹp trai mà còn thân thiện.

그는 잘생겼을 뿐만 아니라 친절하기까지 해요.

Ở Việt Nam, thời tiết không những nóng mà còn nắng.

베트남은 날씨가 더울 뿐만 아니라 뜨겁기도 해요.

● **Nếu ~ thì ~** : 만약 ~하면

> Nếu + A(주어1 + 동사/형용사1) + thì + B(주어2 + (sẽ) + 동사/형용사2)

Nếu đến Việt Nam thì tôi sẽ đi du lịch ở Nha Trang.

만약 제가 베트남으로 여행을 간다면 저는 냐짱으로 여행을 갈 거예요.

Nếu giỏi tiếng Việt thì tôi sẽ nói chuyện được với người Việt Nam.

내가 만약 베트남어를 잘했더라면 베트남 사람과 이야기할 수 있었을 텐데.

Tôi đã đi du lịch ở Việt Nam với gia đình khoảng 1 năm trước. Sau khi đặt khách sạn trên internet và mua vé máy bay ở công ty du lịch, chúng tôi bắt đầu chuyến du lịch đến Việt Nam. Chúng tôi tham quan Nha Trang trong 1 tuần. Thành Phố Nha Trang là một thành phố ven biển tuyệt đẹp và có nhiều khu giải trí như Vinpearl land, đảo khỉ. Vì thế trong thời gian du lịch, chúng tôi không bị nhàm chán và luôn luôn thấy thú vị. Thời tiết rất nóng nhưng đi bơi ở biển và hồ bơi giúp cơ thể trở nên thoải mái. Nha Trang là thành phố ven biển nên gia đình chúng tôi ăn rất nhiều hải sản như: cá sống, cua, ốc, sò. Tôi thấy phong cảnh Việt Nam cực kỳ đẹp, và người Việt Nam rất thân thiện.

나는 1년 전 가족과 함께 베트남 여행을 갔었습니다. 인터넷으로 호텔을 예약하고 여행사에서 비행기 티켓을 구매한 후, 우리 가족은 베트남으로 여행을 갔어요. 우리 가족은 일주일 동안 냐짱을 관광했어요. 냐짱은 멋진 해양도시이고 원숭이 섬, 빈펄 랜드와 같은 여가 장소가 많습니다. 그래서 여행하는 동안 지루하지 않고 매우 즐거웠어요. 날씨는 매우 더웠지만 바다와 수영장에서 수영을 했기 때문에 시원했어요. 냐짱은 해양도시이기 때문에 우리 가족은 조개, 소라, 게, 회 등의 해산물을 많이 먹을 수 있었어요. 제가 느끼기에 베트남의 풍경은 정말 매우 아름답고, 베트남 사람은 매우 친절했어요.

새단어

- chắc là 아마
- cua 게
- cá sống 회
- du lịch tự do 자유여행
- hải sản 해산물
- hồ bơi(= bể bơi) 수영장
- khu giải trí 여가 장소
- không bị nhàm chán 지루하지 않은
- mua 사다
- nên 그래서, 그랬기 때문에
- phong cảnh 풍경
- quá nóng 광장히 더운
- sò 조개
- thành phố ven biển 해양도시
- thân thiện 친절한, 친한
- thú vị 재미있는
- thấy 느끼다
- trong 1 tuần 일주일 동안
- tuyệt đẹp 매우 아름다운/예쁜
- ven biển 해변
- Vinpearl land 빈펄 랜드
- vé máy bay 비행기 표
- vì thế 그렇기 때문에, 그래서
- đi bơi 수영하다
- đảo khỉ 원숭이 섬
- đặt khách sạn 호텔을 예약하다
- ốc 소라

만들어 보세요! 나에게 맞는 스토리로 만들어 외워 보세요.

Tôi đã đi du lịch ở Việt Nam với gia đình khoảng 1 năm trước. Sau khi đặt khách sạn trên internet và mua vé máy bay ở công ty du lịch, chúng tôi bắt đầu chuyến du lịch đến Việt Nam. Chúng tôi tham quan ① (여행했던 도시) trong 1 tuần. ② (여행했던 도시와 즐거웠던 이유)

Vì thế trong thời gian du lịch, chúng tôi không bị nhàm chán và luôn luôn thấy thú vị. Thời tiết rất nóng nhưng đi bơi ở biển và hồ bơi giúp cơ thể trở nên thoải mái. ① (여행했던 도시) là thành phố ven biển nên gia đình chúng tôi ăn rất nhiều hải sản như: cá sống, cua, ốc, sò. Tôi thấy phong cảnh Việt Nam cực kỳ đẹp, và người Việt Nam rất thân thiện.

나는 1년 전 가족과 함께 베트남 여행을 갔었습니다. 인터넷으로 호텔을 예약하고 여행사에서 비행기 티켓을 구매한 후, 우리 가족은 베트남으로 여행을 갔어요. 우리 가족은 일주일 동안 ① 을 관광했어요. ② 그래서 여행하는 동안 지루하지 않고 매우 즐거웠어요. 날씨는 매우 더웠지만 바다와 수영장에서 수영을 했기 때문에 시원했어요. ① 은 해양도시이기 때문에 우리 가족은 조개, 소라, 게, 회 등의 해산물을 많이 먹을 수 있었어요. 제가 느끼기에 베트남의 풍경은 정말 매우 아름답고, 베트남 사람은 매우 친절했어요.

패턴별 다른 표현들 | 나에게 맞는 표현을 찾아 위의 문장에 대입시켜 보세요.

① 여행했던 도시	다낭 Thành Phố Đà Nẵng	하노이 Thành Phố Hà Nội
② 여행했던 도시와 즐거웠던 이유	다낭은 베트남의 유명한 관광구역 중 하나입니다. 만약 다낭에 간다면 바나힐스, 미케 비치와 같은 곳을 구경할 수 있기 때문에 누구든지 그곳을 좋아합니다. Đà Nẵng là một thành phố tham quan du lịch nổi tiếng của Việt Nam. Nếu đến Đà Nẵng, du khách có thể chiêm ngưỡng bãi biển Mỹ Khê và Banahills. Vậy nên, ai cũng yêu thích nơi này.	
	하노이는 베트남의 수도이자 베트남의 정치, 문화의 중심지입니다. 그렇기 때문에 만약에 하노이에 가면 베트남의 전통을 엿볼 수 있고 떠이호, 환끼엠호와 같은 큰 호수들을 볼 수 있습니다. Thành Phố Hà Nội là thủ đô của Việt Nam và là trung tâm văn hóa, chính trị của Việt Nam. Vì thế, khi đến Hà Nội có thể cảm nhận được vẻ đẹp truyền thống của Việt Nam và ngắm cảnh những hồ lớn như hồ Gươm hay hồ Tây.	

* 〈부록〉 기초 단어를 활용해 다양한 표현을 만들어 보세요.

1. Bạn đã từng đến những thành phố nào của Việt Nam?
당신은 베트남 어느 도시를 가봤나요?

① 저는 수도인 하노이와 하노이 근처 도시들을 관광했습니다.
Tôi đã đi tham quan ở thủ đô Hà Nội và những thành phố gần Hà Nội.

② 저는 호찌민과 붕따우, 껀터 등 남부지역을 관광했습니다.
Tôi đã đi du lịch ở miền Nam như: Cần Thơ, Vũng Tàu và Thành Phố Hồ Chí Minh.

2. Trong số các thành phố ở Việt Nam bạn đã từng tới, bạn thích nơi nào nhất? 당신이 여행했던 베트남 도시들 중 어디가 가장 좋았나요?

① 제가 느끼기에 가장 좋았던 곳은 달랏입니다. 왜냐하면 다른 곳은 굉장히 더웠는데 달랏은 시원했습니다.
Tôi thấy thích nhất là Thành Phố Đà Lạt. Vì thành phố khác rất nóng nhưng Đà Lạt lại mát mẻ.

② 저는 사파가 좋았습니다. 왜냐하면 대자연을 느낄 수 있어서 좋았습니다.
Tôi thích Sapa vì có thể ngắm được phong cảnh thiên nhiên.

3. Ngoài những khu vực bạn đã đi du lịch, bạn còn muốn đến thành phố nào ở Việt Nam nữa không? 당신이 가 본 곳 외에 베트남의 어떤 도시를 방문하고 싶습니까?

① 후에는 베트남의 옛 수도였기 때문에 베트남의 전통에 대해 알아볼 수 있다고 들었습니다. 그렇기 때문에 저는 후에에 가보고 싶습니다.
Nghe nói Huế là cố đô của Việt Nam, đến đó có thể tìm hiểu được những nét truyền thống của Việt Nam. Vì thế tôi muốn đi du lịch ở cố đô Huế.

② 사파에는 베트남 소수민족이 많이 산다고 들어서 사파에 가보고 싶습니다.
Ở Sapa có nhiều dân tộc thiểu số đang sống nên tôi muốn đi du lịch ở Sapa.

4. Bạn thấy người Việt Nam như thế nào?
   베트남 사람은 어떤가요?

   ① 굉장히 친절하고 유쾌했습니다.
   Người Việt Nam rất thân thiện **và** vui vẻ.

   ② 가끔 여행객에게 바가지를 씌우는 상인도 있었지만 대체로 좋았습니다.
   Đôi khi có một số người bán hàng đã chặt chém khách du lịch, nhưng nói chung là người Việt Nam rất tốt bụng.

5. Khi đi du lịch ở Việt Nam, bạn giao tiếp với người Việt Nam thế nào?
   베트남 여행 시 베트남 사람이랑 어떻게 의사소통을 했나요?

   ① 그때는 베트남어를 잘 못해서 영어로 대화했습니다.
   Lúc đó tôi không giỏi tiếng Việt nên nói chuyện bằng tiếng Anh.

   ② 저는 베트남어로 말하려고 노력했습니다.
   Tôi cố gắng nói chuyện bằng tiếng Việt.

6. Bạn thấy Việt Nam thế nào?
   당신이 느끼기에 베트남은 어떤가요?

   ① 베트남은 천연자원이 다양하고 풍부합니다. 그 외에 잠재된 발전 가능성도 많은 것 같습니다.
   Việt Nam là một đất nước có nhiều tài nguyên thiên nhiên phong phú, đa dạng. Ngoài ra, Việt Nam cũng có nhiều tiềm năng phát triển.

   ② 도시와 시골 분위기가 매우 달랐습니다. 그렇기 때문에 모든 지역을 여행할 때마다 우리는 특별한 느낌을 받을 수 있었습니다.
   Không khí của thành thị và nông thôn rất khác nhau. Chính vì vậy, khi du lịch ở mỗi vùng miền chúng ta lại có những cảm nhận riêng biệt.

Thật ra tôi chưa bao giờ đi du lịch đến Việt Nam. Sau khi học tiếng Việt, tôi mới biết được về văn hóa và những khu du lịch của Việt Nam. Nếu có dịp thì tôi muốn đi du lịch ở Mũi Né. Mũi Né nằm ở miền Nam và cách Thành Phố Hồ Chí Minh mất khoảng 4~5 tiếng bằng xe buýt. Nghe nói Mũi Né là một thành phố rất là đặc biệt. Vì ở Mũi Né vừa có bãi biển vừa có đồi cát nên có thể ngắm được cả biển và sa mạc. Dạo này tôi rất quan tâm đến các khu du lịch của Việt Nam. Cho nên tôi đã tìm trên Youtube hoặc tin tức. Mỗi khi xem những thông tin đó, tôi lại muốn mau chóng đi du lịch Việt Nam.

사실 저는 베트남에 아직 가본 적이 없습니다. 베트남어 공부를 한 후, 저는 베트남의 관광지나 문화에 대해 이제 막 알기 시작했습니다. 만약 기회가 된다면 저는 무이네를 가보고 싶습니다. 무이네는 남쪽에 위치해 있고, 호찌민에서 버스로 약 4~5시간 정도 걸리는 곳입니다. 듣기로 무이네는 굉장히 특별한 도시라고 합니다. 왜냐하면 무이네 안에는 바다와 사구가 같이 있기 때문에 사막(사구)과 바다를 함께 느낄 수 있다고 합니다. 요즘 저는 베트남의 관광지에 대해 많은 관심을 가지고 있습니다. 그렇기 때문에 저는 유튜브나 뉴스를 찾아봤습니다. 그 정보들을 볼 때마다, 저는 더 빨리 베트남으로 여행을 가고 싶어집니다.

---

* trên : ~위에, ~에, ~에서 (영어의 'on')

    Tôi sẽ tìm trên mạng(internet). 나는 인터넷에서 찾았어요.　　**Tôi đã xem trên tivi.** 나는 TV에서 봤어요.

* rất là : **rất**(매우)을 강조하기 위해 사용됩니다.

새단어

□ bãi biển 바다, 해변
□ chưa bao giờ 아직 ~해본 적 없다
□ cách 먼, 떨어진
□ khu du lịch 관광지
□ mau chóng 신속히, 가능한 한 빨리
□ miền Nam 남부

□ mất (시간이) 걸리다, 잃다
□ mỗi ~마다, 매, 각각
□ mới 이제 막
□ ngắm 구경하다, 주시하다
□ những ~들
□ nằm 위치해 있다

□ sa mạc 사막
□ thông tin 정보
□ thật ra 사실은
□ tiếng 시간
□ vừa ~ vừa ~ ~하면서
□ đồi cát 사구

만들어 보세요! 나에게 맞는 스토리로 만들어 외워 보세요.

Thật ra tôi chưa bao giờ đi du lịch đến Việt Nam. Sau khi học tiếng Việt, tôi mới biết được về văn hóa và những khu du lịch của Việt Nam. Nếu có dịp thì tôi muốn đi du lịch ở ① (여행지) . ② (가고 싶은 여행지와 위치) . ③ (가고 싶은 여행지와 이유) Dạo này tôi rất quan tâm đến các khu du lịch của Việt Nam. Cho nên tôi đã tìm trên Youtube hoặc tin tức. Mỗi khi xem những thông tin đó, tôi lại muốn mau chóng đi du lịch Việt Nam.

사실 저는 베트남에 아직 가본 적이 없습니다. 베트남어 공부를 한 후, 저는 베트남의 관광지나 문화에 대해 이제 막 알기 시작했습니다. 만약 기회가 된다면 저는 ① 를 가보고 싶습니다. ② ③

요즘 저는 베트남의 관광지에 대해 많은 관심을 가지고 있습니다. 그렇기 때문에 저는 유튜브나 뉴스를 찾아봤습니다. 그 정보들을 볼 때마다, 저는 더 빨리 베트남으로 여행을 가고 싶어집니다.

패턴별 다른 표현들 | 나에게 맞는 표현을 찾아 위의 문장에 대입시켜 보세요.

①	여행지	푸꾸옥 Phú Quốc 호이안 Hội An 하롱베이 Vịnh Hạ Long
②	가고 싶은 여행지와 위치	푸꾸옥(호이안/하롱베이)은 남쪽(중부/북부)에 위치해있습니다. Phú Quốc(Hội An/Vịnh Hạ Long) nằm ở miền Nam(miền Trung/miền Bắc).
③	가고 싶은 여행지와 이유	푸꾸옥 : 듣기로 푸꾸옥 섬은 깨끗하고 조용한 곳이라고 합니다. 　　　　Vì Phú Quốc là một hòn đảo yên tĩnh và sạch sẽ. 호이안 : 호이안은 낭만적인 도시라고 합니다. 그래서 저녁에 등불축제가 열리면 배 위에서 소원을 빌 수 있 　　　　다고 합니다. Vì Hội An là một khu phố cổ lãng mạn. Vào buổi tối có lễ hội đèn 　　　　lồng và có thể cầu nguyện trên thuyền. 하롱베이 : 예전에 한국 예능 프로그램을 봤는데 하롱베이를 소개했습니다. 그때 저는 굉장히 인상 깊었고 직 　　　　접 느끼고 싶었습니다. Trước đây tôi đã xem một chương trình giải trí Hàn Quốc 　　　　giới thiệu về Vịnh Hạ Long. Lúc đó tôi đã rất ấn tượng và tôi muốn cảm nhận 　　　　trực tiếp.

※ 〈부록〉 기초 단어를 활용해 다양한 표현을 만들어 보세요.

1. Bạn đã đi du lịch ở Việt Nam bao giờ chưa?
   당신은 베트남을 가본 적이 있나요?

   ① 저는 한 번 가봤습니다.

   Dạ tôi đã đi du lịch ở Việt Nam một lần rồi.

   ② 아니요. 저는 아직 가본 적이 없지만 기회가 된다면 꼭 가보고 싶습니다.

   Dạ chưa. Tôi chưa bao giờ đi du lịch ở Việt Nam nhưng nếu có dịp thì tôi rất muốn đi.

2. Nếu bạn đi du lịch Việt Nam thì bạn muốn đi đâu và vì sao?
   당신이 만약 베트남을 간다면 어디로 가고 싶고 그 이유는 무엇입니까?

   ① 저는 수도인 하노이를 가보고 싶습니다. 왜냐하면 나라마다 가장 중요한 곳은 수도이기 때문입니다.

   Tôi muốn đi du lịch ở thủ đô Hà Nội. Vì bất cứ đất nước nào thủ đô cũng là thành phố quan trọng nhất.

   ② 호찌민 시는 경제와 문화 중심지이기 때문에 가보고 싶습니다.

   Tôi muốn đến Thành Phố Hồ Chí Minh vì đó là một đô thị lớn về kinh tế, văn hóa.

3. Bạn biết gì về Việt Nam? 베트남에 대해 아는 것이 있나요?

   ① 네, 수도는 하노이이며 베트남의 전통의상은 아오자이이고 대표 음식은 쌀국수입니다.

   Dạ, thủ đô là Hà Nội còn trang phục truyền thống của Việt Nam là áo dài và món ăn tiêu biểu là phở.

   ② 베트남에는 오토바이가 많고 날씨가 매우 덥습니다. 그리고 베트남 사람들이 일을 열심히 한다고 들었습니다.

   Ở Việt Nam có nhiều xe máy và thời tiết nóng. Ngoài ra tôi còn nghe nói người Việt Nam làm việc rất chăm chỉ.

4. Việt Nam có nổi tiếng ở Hàn Quốc không?

한국에서 베트남이 유명한가요?

① 네, 요즘 베트남이 굉장히 발전해서 누구든 베트남으로 여행을 가고 싶어 합니다.

Dạ, dạo này Việt Nam rất phát triển nên ai cũng muốn đi du lịch Việt Nam.

② 물론입니다. 심지어 홈쇼핑에서도 베트남 여행상품을 판매합니다. 요즘 베트남은 한국 사람들에게 굉장히 핫합니다.

Tất nhiên. Thậm chí chương trình mua sắm trên tivi cũng bán các sản phẩm du lịch Việt Nam. Dạo này Việt Nam rất hot với người Hàn Quốc.

5. Khi đi du lịch ở Việt Nam, bạn nghĩ phải chú ý điều gì nhất?

베트남 여행을 갈 때 가장 주의해야 할 점이 무엇이라고 생각하시나요?

① 제가 느끼기에 가장 중요한 것은 안전입니다. 여행 가기 전에 여행지들에 대해서 미리 알아두면 좋을 것 같습니다.

Tôi thấy quan trọng nhất là an toàn. Trước khi đi du lịch, cũng nên tìm hiểu trước về khu vực mà mình sẽ đến.

② 가장 중요한 것은 베트남 날씨나 맛집과 같은 곳을 미리 찾아보는 것입니다.

Tôi thấy quan trọng nhất là phải tìm hiểu trước về những nhà hàng ngon hoặc là thời tiết của Việt Nam.

6. Bạn có kế hoạch đi du lịch ở Việt Nam không ?

당신은 베트남 여행 계획이 있나요?

① 네, OPI 시험이 끝난 후 베트남에 갈 예정입니다.

Dạ, sau khi thi OPI xong tôi sẽ đi du lịch ở Việt Nam.

② 아직이요. 올해는 제가 너무 바빠서 내년이 되어야 베트남에 여행갈 수 있을 것 같습니다.

Dạ chưa. Năm nay tôi rất bận nên chắc là năm sau tôi mới đi du lịch Việt Nam được.

 학습 더하기⁺

● 어휘 익히기

(1) 베트남 지역

⟨북부⟩ miền Bắc = Bắc bộ			
(Thành Phố) Hà Nội	하노이	Vịnh Hạ Long	하롱베이
Sapa	사파	Hải Phòng	하이퐁
⟨중부⟩ miền Trung = Trung bộ			
(Cố đô) Huế	후에	Hội An	호이안
Đà Nẵng	다낭	Nha Trang	냐짱
⟨남부⟩ miền Nam = Nam bộ			
Thành Phố Hồ Chí Minh	호찌민	Vũng Tàu	붕따우
Mũi Né	무이네	Đồng Bằng Sông Cửu Long	메콩델타

(2) 도시별 특징

⟨북부⟩ miền Bắc = Bắc bộ

하노이는 수도이며 베트남의 문화 및 정치의 중심지입니다.

Thành Phố Hà Nội là thủ đô và là trung tâm văn hóa, chính trị của Việt Nam.

⟨중부⟩ miền Trung = Trung bộ

고도 후에는 전통 도시이므로 베트남의 유적, 유산 등을 볼 수 있습니다.

Cố đô Huế là một đô thị truyền thống nên có thể chiêm ngưỡng được những di sản, di tích lịch sử của Việt Nam.

⟨남부⟩ miền Nam = Nam bộ

호찌민은 베트남의 경제, 문화, 교육의 중심지 중 하나입니다. 그렇기 때문에 많은 외국인들이 공부나 사업개발을 위해 여기로 찾아옵니다.

Thành Phố Hồ Chí Minh là một trong những trung tâm kinh tế, văn hóa, giáo dục quan trọng nhất của Việt Nam. Vì vậy, có rất nhiều người nước ngoài đến đây để học tập và phát triển kinh doanh.

주제에 관한 다양하고 유용한 표현들입니다. 자신에게 맞는 문장을 체크하고 재미있는 스토리를 만들어보세요. 어떤 질문에도 당황하지 않고 나만의 표현력은 물론, 논리력에도 자신감이 생깁니다.

☐ 저는 베트남에 여행 가는 것을 매우 좋아합니다.

Em rất thích đi du lịch ở Việt Nam.

☐ 베트남 여행지 중 저는 다낭이 제일 좋습니다.

Trong những khu du lịch ở Việt Nam, em thích nhất là Đà Nẵng.

☐ 저는 가족여행으로 붕따우를 갔습니다.

Em đã đi du lịch gia đình ở Vũng Tàu.

☐ 베트남 사람과 베트남어로 대화했습니다.

Em đã nói chuyện với người Việt Nam bằng tiếng Việt.

☐ 저는 가이드가 필요 없습니다.

Em không cần hướng dẫn viên.

☐ 몇 년 전, 저는 가족과 베트남 여행을 갔습니다.

Mấy năm trước em đã đi du lịch ở Việt Nam với gia đình.

☐ 베트남 사람들은 굉장히 유쾌했습니다.

Người Việt Nam rất vui tính.

☐ 베트남에 살 때, 소매치기를 만난 적이 있습니다.

Khi sống ở Việt Nam, em đã từng gặp kẻ móc túi.

☐ 제가 베트남에 살 때, 한국이 무척 그리웠어요.

Khi em sống ở Việt Nam, em rất nhớ Hàn Quốc.

☐ 만약 베트남에 얼마 동안 거주해야 한다고 하면 저는 냐짱에서 살고 싶습니다.

Nếu em phải sống ở Việt Nam một thời gian thì em muốn sống ở Nha Trang.

: Intermediate High

11~15과

다양한 문형과 어휘 사용이 가능하며, 원어민과 비교적 오랜 시간 대화가 가능한
수준입니다. 일반적인 업무 커뮤니케이션에 무리 없이 대응할 수 있습니다.

Ngoài Việt Nam,
bạn đã đi du lịch nước nào?

베트남 외에 어느 나라를 여행해 봤습니까?

출제 빈도가 높은 질문 중 하나로 베트남을 제외한 다른 해외여
행에 대한 내용입니다. 본인이 갔던 해외여행지나, OPI 평가자
가 거주하고 있는 지역에 대해 질문이 나오기도 하므로, 다양한
답변을 학습해 보세요.

핵심 패턴

- Điều mà : ~한 점으로는
- từng : 경험하다, 체험하다
- được + 동사 : ~하게 되다, ~얻었다

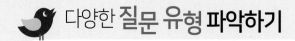

다양한 질문 유형 파악하기

- **Bạn hãy giới thiệu về một chuyến đi du lịch nước ngoài mà bạn nhớ nhất.** 해외여행 중 가장 기억에 남는 것을 소개해 주세요.

- **Trong chuyến đi du lịch nước ngoài, bạn thấy ấn tượng nhất là điều gì?** 당신이 해외여행을 갔을 때, 가장 기억에 남는 것은 무엇입니까?

① Bạn đã đi du lịch ở nước ngoài bao giờ chưa?
　당신은 해외여행을 가본 적이 있습니까?

　➡ Vâng ạ. Tôi đã đi du lịch ở nước ngoài nhiều lần rồi.
　　네. 저는 해외여행을 여러 번 갔었습니다.

② Khi du lịch ở nước đó, bạn thấy người bản địa như thế nào?
　해외여행을 갔을 때, 그곳의 현지인들은 어땠나요?

　➡ Tôi thấy người dân ở đó không những tốt bụng mà còn vui tính.
　　제가 느끼기에 그곳의 현지인들은 착할 뿐만 아니라 유쾌하기까지 했습니다.

③ Khi đi du lịch ở nước đó, bạn thấy thú vị nhất là điều gì?
　해외여행을 할 때, 당신이 가장 재미있었던 것은 무엇이었나요?

　➡ Tôi thấy thú vị nhất là tham quan di tích lịch sử. Và nói chuyện với người địa phương về phong tục tập quán của họ.
　　제가 제일 재미있었던 것은 역사 유적지를 관광하는 것이었습니다. 그리고 그들의 생활풍습에 대해서 현지인과 이야기하는 것이 즐거웠습니다.

핵심 패턴 익히기

● **Điều mà** : ~한 점으로는

보통 문장 앞에 위치하며, 'Điều(조건, 사건, 일)'와 'mà(관계대명사)'가 결합하여 '~한 점은' 이란 의미가 됩니다.

> **Điều mà + 주어 + 동사 + 목적어**

Điều mà tôi nhớ nhất ở Việt Nam là món ăn Việt Nam.
베트남에서 가장 기억에 남는 점은 베트남 음식입니다.

Điều mà tôi ấn tượng nhất ở Mỹ là các phong cảnh đẹp.
미국에서 가장 인상적인 것은 아름다운 풍경들입니다.

● **từng** : 경험하다, 체험하다

'từng'은 생략이 가능하지만 좀 더 구체적인 표현을 이야기할 때 사용할 수 있습니다. 경험 및 체험한 내용을 이야기할 때 사용되므로 과거시제인 đã(벌써, 이미)와 함께 사용하면 자연 스러운 표현이 됩니다.

> **주어 + 시제 + từng + 행위**

Bạn <u>đã</u> từng ở Việt Nam bao giờ chưa? 당신은 베트남에 살아본 적이 있습니까?
Tôi <u>đã</u> từng ở Việt Nam trong một năm. 저는 베트남에 1년 동안 거주하였습니다.

● **được + 동사** : ~하게 되다, ~얻었다

'얻다', '~이되다'의 의미를 가지며, 일반적으로 긍정 능동태의 경우 「동사+được」의 형태가 되지만, 긍정 수동태의 경우 「được+동사」의 형태로 사용됩니다.

> **주어 + được + 동사**

Chúng tôi được thưởng thức những món ăn trên thế giới.
우리는 세계 음식들을 음미할 수 있게 되었습니다.

Ước gì ngay bây giờ được ăn một bát phở bò thơm ngon.
바라는 게 있다면 지금 당장 맛있는 소고기 쌀국수 한 그릇을 먹을 수 있었으면 좋겠습니다.

Tôi đã đi du lịch tự do ở Nhật Bản với bạn khoảng 1 năm trước. Bởi vì lần đầu tiên đi du lịch nước ngoài nên tôi thấy rất hồi hộp. Tôi với bạn của mình đã cùng nhau bàn bạc, từ đặt khách sạn cho đến sắp xếp lịch trình. Chúng tôi đã ở Tokyo 2 ngày và Osaka 2 ngày. Điều mà tôi nhớ nhất ở Tokyo là đi mua sắm ở trung tâm thương mại Don Quixote (Đôn-ki-hô-tê). Và điều mà tôi nhớ nhất ở Osaka là đi tham quan chùa. Sau khi về khách sạn, chúng tôi đã trải nghiệm suối nước nóng rất thoải mái và xua tan mệt mỏi. Chúng tôi rất vui vì được thưởng thức nhiều món ăn tiêu biểu của Nhật Bản như Sushi, Udon. Vì thế chuyến du lịch Nhật Bản là điều mà tôi nhớ nhất.

저는 1년 전에 친구와 함께 일본 자유여행을 다녀왔습니다. 해외여행이 처음이라 조금 떨렸습니다. 호텔부터 여행 일정까지 친구와 함께 상의했습니다. 우리는 도쿄에서 이틀, 오사카에서 이틀 있었습니다. 도쿄에서 가장 기억에 남는 것은 돈키호테에서 쇼핑하는 것이었습니다. 그리고 오사카에서 가장 기억에 남는 것은 오사카 성을 방문하는 것이었습니다. 호텔로 돌아왔을 때 우리는 호텔에서 온천을 즐기며 하루 피로를 풀었습니다. 일본에서 초밥, 우동과 같은 일본 대표 음식을 많이 먹을 수 있어서 좋았습니다. 그래서 저는 일본 여행이 가장 기억에 남습니다.

● 출제 질문과 답변에 자주 사용되는 표현

bởi vì = vì = tại vì : 왜냐하면   nhớ nhất : 가장 기억에 남는

▶ 새단어 ◀

□ bàn bạc 토의하다, 서로 논의하다
□ cho đến ~까지
□ chuyến ~편
□ chùa 절
□ chúng tôi 우리
□ cùng nhau 같이, 함께
□ của mình 나의
□ du lịch nước ngoài 해외여행
□ du lịch tự do 자유여행

□ hồi hộp 긴장된, 떨리는
□ khách sạn 호텔
□ lần đầu tiên 처음에는
□ mua sắm 쇼핑하다
□ mệt mỏi 피로한, 몸살 기운 있는
□ suối nước nóng 온천
□ sắp xếp 배치하다, 순서대로 놓다
□ tham quan 방문하다, 견학하다, 관광하다
□ thưởng thức 즐기다, 감상하다

□ tiêu biểu 상징하다, 대표하다
□ trung tâm thương mại 쇼핑센터
□ trước ~전에
□ trải nghiệm 경험하다
□ từ ~부터
□ xua tan 쫓아버리다, 떨쳐버리다
□ điều mà ~점으로는
□ đặt 예약하다

만들어 보세요! 나에게 맞는 스토리로 만들어 외워 보세요.

Tôi đã đi du lịch tự do ở ⬚(여행지) với ⬚(동행인) khoảng ⬚(언제) năm trước. Bởi vì lần đầu tiên đi du lịch nước ngoài nên tôi thấy rất hồi hộp. Tôi với bạn của mình đã cùng nhau bàn bạc, từ đặt khách sạn cho đến sắp xếp lịch trình. ① ⬚(여행지와 머물렀던 기간)
② ⬚(가장 기억에 남는 것)
⬚ Sau khi về khách sạn, chúng tôi đã trải nghiệm suối nước nóng rất thoải mái và xua tan mệt mỏi. Chúng tôi rất vui vì được thưởng thức nhiều món ăn tiêu biểu của Nhật Bản như Sushi, Udon. Vì thế chuyến du lịch Nhật Bản là điều mà tôi nhớ nhất.

저는 ⬚ 년 전에 ⬚ 와 함께 ⬚ 자유여행을 다녀왔습니다. 해외여행이 처음이라 조금 떨렸습니다. 호텔부터 여행 일정까지 친구와 함께 상의했습니다. ① ⬚
② ⬚
⬚ 호텔로 돌아왔을 때 우리는 호텔에서 온천을 즐기며 하루 피로를 풀었습니다. 일본에서 초밥, 우동과 같은 일본 대표 음식을 많이 먹을 수 있어서 좋았습니다. 그래서 저는 일본 여행이 가장 기억에 남습니다.

패턴별 다른 표현들 | 나에게 맞는 표현을 찾아 위의 문장에 대입시켜 보세요.

①	여행지와 머물렀던 기간	하라주쿠에서 이틀 동안 있었습니다.	Chúng tôi đã ở Harajuku 2 ngày.
		삿포로에서 2박 3일 동안 있었습니다.	Chúng tôi đã ở Sapporo 3 ngày 2 đêm.
②	가장 기억에 남는 것	하라주쿠 : 저는 하라주쿠에서 라면을 먹었던 것이 가장 기억에 남습니다.	
		Điều mà tôi nhớ nhất ở Harajuku là ăn mì tôm.	
		삿포로 : 저는 삿포로에서 가장 기억에 남는 것은 삿포로 맥주였습니다. 그때 저는 삿포로 맥주 박물관을 갔었는데 여러 종류의 맥주를 마셔보았습니다.	
		Điều mà tôi nhớ nhất ở Sapporo là bia Sapporo. Lúc đó tôi đã đi viện bảo tàng bia Sapporo và tôi đã uống thử nhiều loại bia.	

* 〈부록〉 기초 단어를 활용해 다양한 표현을 만들어 보세요.

1. Bạn hay đi du lịch ở nước ngoài không? 당신은 해외여행을 자주 갑니까?

① 네. 저는 해외여행을 자주 갑니다.

Dạ vâng. Em hay đi du lịch ở nước ngoài.

② 아니요. 저는 해외여행을 해본 적이 한 번도 없습니다.

Dạ không. Em chưa từng đi du lịch nước ngoài lần nào.

2. Vì sao bạn chọn đi du lịch ở Nhật Bản? 당신은 왜 일본 여행을 선택했나요?

① 한국과 가깝기 때문입니다.

Bởi vì Nhật Bản rất gần Hàn Quốc.

② 그 당시 비행기 표가 할인했습니다.

Thời điểm đó, vé máy bay có chương trình khuyến mãi.

3. Bạn đã đi du lịch Nhật Bản với ai? 당신은 누구와 일본 여행을 갔나요?

① 저는 혼자 일본 여행을 다녀왔습니다.

Tôi đã đi du lịch Nhật Bản một mình.

② 저는 친한 친구와 갔습니다.

Tôi đã đi du lịch Nhật Bản với bạn thân.

4. Trong những thành phố ở Nhật Bản mà bạn đã từng đến, bạn thấy ấn tượng nhất là nơi nào? 당신이 여행했던 일본 도시들 중 어디가 가장 좋았나요?

① 저는 쇼핑할 곳이 많았던 도쿄가 제일 좋았습니다.

Tôi ấn tượng nhất là Tokyo vì ở đó có nhiều trung tâm mua sắm.

② 저는 역사 문화를 볼 수 있었던 오사카가 제일 인상 깊었습니다.

Tôi ấn tượng nhất là Osaka vì tôi có thể tham quan nhiều di tích lịch sử.

5. Ở Tokyo bạn đã làm gì? 당신은 도쿄에서 무엇을 했습니까?

① 저는 도쿄에서 온천을 즐겼습니다.

Ở Tokyo tôi đã trải nghiệm suối nước nóng.

② 저는 도쿄에서 쇼핑도 하고 맛있는 음식도 많이 먹었습니다.

Ở Tokyo tôi đã đi mua sắm và thưởng thức nhiều món ăn ngon.

6. Bạn thấy người Nhật Bản như thế nào? 일본 사람은 어떤가요?

① 일본 사람은 친절하고 예의가 바릅니다.

Người Nhật Bản rất thân thiện và lịch sự.

② 외모는 한국 사람과 비슷한 것 같았고, 성격은 차분하고 조용한 것 같았습니다.

Ngoại hình của người Nhật bản thì có nét giống người Hàn Quốc, tính cách thì khá ôn hòa và điềm đạm.

7. Khi đi du lịch ở Nhật Bản, bạn giao tiếp với người Nhật Bản như thế nào? 일본 여행 시 의사소통을 어떻게 했나요?

① 저는 일본어를 하지 못해서 영어로 했습니다.

Tôi không biết tiếng Nhật cho nên tôi giao tiếp với họ bằng tiếng Anh.

② 일본어와 영어를 조금씩 섞어가면서 했습니다.

Tôi dùng cả tiếng Nhật và tiếng Anh để diễn đạt với họ.

8. Bạn thấy Nhật Bản thế nào? 당신이 느끼기에 일본은 어떤 나라인가요?

① 일본은 경제적으로 많이 성장한 나라인 듯했습니다. 그리고 일본인들이 굉장히 성실해 보였습니다.

Nhật Bản là đất nước có nền kinh tế rất phát triển. Và người Nhật Bản thì rất chăm chỉ.

② 제 생각으로는 한국은 일본과 가까우면서도 먼 나라인 것 같습니다.

Em nghĩ Hàn Quốc và Nhật Bản là hai đất nước vừa gần vừa xa.

Tôi đã từng ở Los Angeles trong 6 tháng. Thời tiết ở Los Angeles tuy hơi hanh khô nhưng rất dễ chịu. Ban đầu khi mà nói chuyện với người Mỹ bằng tiếng Anh, tôi khá hồi hộp và bối rối nhưng dần dần đã thích ứng được. Để nói chuyện được với người Mỹ, tôi đã học tiếng Anh rất chăm chỉ. Người chủ nhà chỗ nhà nghỉ của tôi rất thân thiện cho nên tôi đã sinh hoạt rất thoải mái. Tôi rất là thích cảnh đêm ở Los Angeles, Universal Studio (Phim trường Universal Studio) và Beverly Hills (đồi Beverly Hills) bởi vì chúng rất đẹp. Ngoài ra tôi nghe nói là rất nhiều người Hàn rất vất vả vì không hợp đồ ăn ở Mỹ. Tôi đã từng ăn rất nhiều hamburger ở Mỹ. Tôi nghĩ rằng hamburger được bán ở Mỹ ngon hơn ở Hàn Quốc .

저는 로스앤젤레스(LA)에서 6개월 정도 거주했습니다. 로스앤젤레스(LA)는 다소 건조하지만, 날씨가 매우 좋았습니다. 처음에 미국 사람과 영어로 대화할 때는 많이 떨리고 어색했지만, 점점 나아졌습니다. 미국 사람들과 대화하기 위해서 저는 영어공부를 정말 열심히 했습니다. 저는 게스트하우스에서 머물렀고, 집주인들이 굉장히 잘해줘서 편안히 머무를 수 있었습니다. 저는 로스앤젤레스(LA)의 밤 풍경이 너무 아름다워서 좋았고, 유니버설 스튜디오, 베벌리 힐스도 너무 좋았습니다. 많은 한국인이 미국에서 음식이 안 맞아서 고생한다고 들었습니다. 저는 미국의 여러 군데에서 다양한 햄버거를 먹어보았습니다. 미국에서 파는 햄버거가 한국에서 파는 햄버거보다 더 맛있었습니다.

* hanh khô : 건조하다
  날씨에 대한 표현은 'hanh khô'로 사용하지만, 말린 음식에 대한 표현일 경우, hanh을 생략하고 'món ăn khô'라고 표현하기도 합니다. 또한, '피부가 건조하다'는 표현을 사용할 때도 'khô'를 단독으로 사용할 수 있습니다.
* nghĩ rằng : '~가 생각하길'이라는 뜻으로 'nghĩ là'와 같이 사용할 수 있습니다.

새단어

- □ bối rối 당황하는, 어지러운
- □ chủ nhà 집주인
- □ cảnh đêm 야경
- □ dần dần 점점
- □ dễ chịu 견디기 쉬운
- □ hợp 적합한, 어울리다, 알맞은
- □ khô 건조한
- □ nói chuyện với A A와 대화하다
- □ sinh hoạt 삶, 생활
- □ thân thiện 친절한
- □ thích ứng 적응하다
- □ tuy 비록
- □ từng 체험하다, 경험하다
- □ vất vả 수고스러운, 어려운

만들어 보세요! 나에게 맞는 스토리로 만들어 외워 보세요.

Tôi đã từng ở ___(지역)___ ___(기간)___. Thời tiết ở ___(지역)___ tuy hơi hanh khô nhưng rất dễ chịu. Ban đầu khi mà nói chuyện với người Mỹ bằng tiếng Anh, tôi khá hồi hộp và bối rối nhưng dần dần đã thích ứng được. Để nói chuyện được với người Mỹ, tôi đã học tiếng Anh rất chăm chỉ. Người chủ nhà chỗ nhà nghỉ của tôi rất thân thiện cho nên tôi đã sinh hoạt rất thoải mái. ① ___(가장 기억에 남았던 것)___

___ Ngoài ra tôi nghe nói là rất nhiều người Hàn rất vất vả vì không hợp đồ ăn ở Mỹ. Tôi đã từng ăn rất nhiều hamberger ở Mỹ. Tôi nghĩ rằng hamburger được bán ở Mỹ ngon hơn ở Hàn Quốc.

저는 ___에서 ___ 정도 거주했습니다. ___는 다소 건조하지만, 날씨가 매우 좋았습니다. 처음에 미국 사람과 영어로 대화할 때는 많이 떨리고 어색했지만, 점점 나아졌습니다. 미국 사람들과 대화하기 위해서 저는 영어공부를 정말 열심히 했습니다. 저는 게스트하우스에서 머물렀고, 집주인들이 굉장히 잘해줘서 편안히 머무를 수 있었습니다. ① ___
___ 많은 한국인이 미국에서 음식이 안 맞아서 고생한다고 들었습니다. 저는 미국의 여러 군데에서 다양한 햄버거를 먹어보았습니다. 미국에서 파는 햄버거가 한국에서 파는 햄버거보다 더 맛있었습니다.

▶ 패턴별 다른 표현들 | 나에게 맞는 표현을 찾아 위의 문장에 대입시켜 보세요.

①	저는 한국에 없는 많은 놀이기구를 탈 수 있어서 디즈니랜드가 가장 기억에 남습니다.
	Tôi nhớ nhất là Disneyland bởi vì tôi có thể chơi những trò chơi không có ở Hàn Quốc.
가장 기억에 남았던 것	저는 로스앤젤레스의 할리우드 거리가 가장 기억에 남습니다.
	Tôi nhớ nhất là đường phố Hollywood Los Angeles.

* 〈부록〉 기초 단어를 활용해 다양한 표현을 만들어 보세요.

1. **Tại sao bạn lại đến Mỹ?** 당신은 왜 미국에 갔습니까?

   ① 저는 여행하기 위해서 갔습니다.

   Tôi đến Mỹ để du lịch.

   ② 저는 워킹홀리데이로 미국에 갔습니다.

   Tôi đến Mỹ để làm việc trong kỳ nghỉ.

2. **Bạn nói tiếng Anh tốt không?** 당신은 영어를 잘합니까?

   ① 아니요. 영어를 잘 못 해서 미국에 갔습니다.

   Dạ không ạ. Vì nói tiếng Anh không tốt lắm nên tôi đã đến Mỹ.

   ② 네. 저는 어렸을 때 미국에 잠깐 살다 왔습니다.

   Dạ vâng ạ. Khi còn nhỏ, tôi đã từng sống ở Mỹ một thời gian ngắn.

3. **Bạn đã sống ở Mỹ trong bao lâu?** 미국에 얼마 동안 거주했습니까?

   ① 저는 약 1년 정도 거주했습니다.

   Tôi đã ở Mỹ khoảng tầm 1 năm.

   ② 저는 1년 넘게 거주했습니다.

   Tôi đã ở Mỹ khoảng hơn 1 năm.

4. **Thời tiết ở Mỹ như thế nào?** 미국 날씨는 어떤가요?

   ① 저는 로스앤젤레스에 잠깐 있었습니다. 1년 내내 기후가 굉장히 좋았습니다.

   Tôi đã sống ở Los Angeles một thời gian. Trong suốt một năm đó thời tiết rất tốt.

   ② 그곳의 날씨는 꽤 좋았습니다.

   Thời tiết ở đấy khá tốt.

5. Giao thông ở Mỹ thế nào? 미국의 교통은 어떤가요?

① 미국의 교통은 다소 복잡했습니다.

Giao thông ở Mỹ khá phức tạp.

② 처음에는 대중교통을 이용했습니다. 그리고 나중에는 불편해서 차를 빌렸습니다.

Ban đầu tôi sử dụng phương tiện giao thông công cộng. Sau đó bởi vì bất tiện cho nên tôi đã thuê xe ô tô.

6. Khi bạn sống ở Mỹ, điều gì là bất tiện nhất? 미국에서 살 때 가장 불편했던 점은 무엇입니까?

① 의사소통이었습니다. 그래서 영어 공부를 열심히 했습니다.

Điều bất tiện nhất là việc giao tiếp với người Mỹ. Vì vậy tôi đã học tiếng Anh rất chăm chỉ.

② 음식이었습니다. 한국 사람은 매운 음식을 좋아하는데 미국 음식은 대체로 느끼했습니다.

Điều bất tiện nhất là đồ ăn. Người Hàn rất là thích các món cay nhưng đồ ăn ở Mỹ thì thường rất nhiều dầu mỡ.

7. Bạn đã từng đến những thành phố nào ở Mỹ? 당신은 미국 어디를 가봤습니까?

① 저는 로스앤젤레스에만 갔었습니다.

Tôi chỉ đến Los Angeles.

② 저는 동부, 서부 쪽을 여행했습니다.

Tôi đã đi du lịch ở những miền Đông và miền Tây của Mỹ.

8. Bạn có kế hoạch quay lại Mỹ không? 미국에 다시 돌아갈 계획이 있습니까?

① 아니요. 한국에 일이 많아서 미국에는 가끔 여행으로만 갈 예정입니다.

Dạ không ạ. Tôi có khá nhiều việc ở Hàn Quốc cho nên thỉnh thoảng tôi chỉ đi du lịch đến Mỹ.

② 잘 모르겠습니다. 나중에 기회가 되면 미국에서 살고 싶습니다.

Dạ tôi cũng chưa biết. Nếu sau này có cơ hội thì tôi muốn sống ở Mỹ.

● 어휘 익히기

(1) 여행 종류

du lịch tự do	자유여행	du lịch vòng quanh thế giới	세계여행
du lịch trọn gói	패키지여행	du lịch nước ngoài du lịch quốc tế	해외여행
du lịch gia đình	가족여행	du lịch trong nước du lịch quốc nội	국내 여행
du lịch một mình	혼자 여행	du lịch ba lô	배낭여행

(2) 예약

đặt khách sạn	호텔 예약	đặt vé xe nằm	버스표 예약 (슬리핑 버스)
đặt bàn (nhà hàng)	식당 예약	đặt vé tàu hỏa đặt vé xe lửa	기차표 예약
đặt vé xe du lịch đặt vé xe khách đặt vé xe đò	버스표 예약 (관광버스)	đặt vé máy bay	비행기 표 예약

(3) 여행지

địa điểm du lịch trong nước	국내 여행지	di tích lịch sử	역사 유적지
địa điểm du lịch nước ngoài	해외 여행지	khu mua sắm	쇼핑몰
địa điểm du lịch nổi tiếng	유명 여행지	bờ biển	바닷가

(4) 직업

thông dịch viên	통역사	du khách	관광객
hướng dẫn viên	가이드	tài xế	운전기사
người bản địa	현지인	tiếp tân	카운터 직원

주제에 관한 다양하고 유용한 표현들입니다. 자신에게 맞는 문장을 체크하고 재미있는 스토리를 만들어보세요. 어떤 질문에도 당황하지 않고 나만의 표현력은 물론, 논리력에도 자신감이 생깁니다.

☐ 저는 해외여행을 무척 좋아합니다.

Em rất thích đi du lịch ở nước ngoài.

☐ 저는 그 나라의 전통시장 가는 것을 좋아합니다.

Em rất thích đi chợ truyền thống của nước đó.

☐ 제가 해외여행을 갈 때는 선글라스를 꼭 가져갑니다.

Khi em đi du lịch nước ngoài thì em luôn luôn mang theo kính mắt.

☐ 저는 현지인과 소통하려고 노력합니다.

Em cố gắng giao tiếp với người bản địa.

☐ 저는 자유롭게 혼자 여행하는 것을 좋아합니다.

Em thích đi du lịch một mình và tự do.

☐ 해외여행을 할 때 가장 중요한 것은 음식입니다.

Khi du lịch nước ngoài, quan trọng nhất là món ăn.

☐ 저는 보통 그 나라의 항공사를 이용합니다.

Em thường dùng hãng hàng không của nước đó.

☐ 할인할 때 저는 보통 비행기 표를 구매합니다.

Khi khuyến mãi, em thường mua vé máy bay.

☐ 미국에 친구가 살고 있어서 저는 친구 집에서 있었습니다.

Bạn em đang sống ở Mỹ nên em đã ở nhà bạn.

☐ 해외여행을 가기 전에 저는 보통 인터넷에서 호텔을 예약합니다.

Trước khi đi du lịch nước ngoài, em thường đặt khách sạn trên internet.

: Intermediate High

11~15과

다양한 문형과 어휘 사용이 가능하며, 원어민과 비교적 오랜 시간 대화가 가능한
수준입니다. 일반적인 업무 커뮤니케이션에 무리 없이 대응할 수 있습니다.

Thủ đô Seoul Hàn Quốc
là thành phố thế nào?

한국의 수도 서울은 어떤 도시 인가요?

한국의 수도인 서울에 대한 정보를 익히고, 서울의 다양한 볼거
리와 문화를 구체적으로 학습해 보세요.

핵심 패턴

- Hãy ~ đi / Hãy ~ nhé : ~하세요
- hơn nữa : 게다가, 또한
- không ~ lắm : 그렇게 ~하지 않다
- những : ~들

다양한 질문 유형 파악하기

🎧 12-1

"서울 소개"의 다양한 질문 유형입니다.

- **Thủ đô của Hàn Quốc là ở đâu?** 한국의 수도는 어디입니까?

- **Bạn có thể giới thiệu về thành phố Seoul được không?**
  당신은 서울에 대해서 소개해주실 수 있습니까?

🎧 12-2

"서울 소개"에 관한 다른 표현의 질문들입니다.

① Dân số của thành phố Seoul là bao nhiêu?
   서울의 인구는 얼마인가요?

   ➡ Dân số của thành phố Seoul hơn mười triệu người.
      서울의 인구는 천만 명이 넘었습니다.

② Thành Phố Seoul nằm ở đâu?
   서울은 어디에 위치해있나요?

   ➡ Thành Phố Seoul nằm ở trung tâm của bán đảo Triều Tiên.
      서울은 한반도 중심에 위치해 있습니다.

③ Giao thông của thành phố Seoul thế nào?
   서울의 교통은 어떤가요?

   ➡ Giao thông ở thành phố Seoul rất thuận tiện mặc dù giờ đi làm và giờ tan sở rất tắc đường.
      서울의 교통은 출근 시간과 퇴근 시간이 비록 많이 막히지만 편리합니다.

🐦 핵심 패턴 익히기

● **Hãy ~ đi / Hãy ~ nhé** : ~하세요(문미에 나오는 đi, nhé는 생략 가능)

> Hãy + 주어 + 서술어 + đi/nhé.

Hãy giới thiệu cho tôi về thành phố Seoul nhé. 나에게 서울에 대해서 소개해주세요.

Hãy kể những khu vui chơi giải trí ở thành phố Seoul.
서울의 여가 장소에 대해서 말해보세요.

● **hơn nữa** : 게다가, 또한

> 주어 + 서술어 + hơn nữa + 행위

Nhà hàng này rất nổi tiếng vì diễn viên đã đến đây.

Hơn nữa còn giảm giá cho 10 người đến sớm nhất.
이 식당은 배우가 다녀가서 굉장히 유명해졌어요. 또한 일찍 가면 선착순으로 10명에게 할인해준다고 합니다.

Bạn lại mua túi xách hả? Hơn nữa hiệu rất đắt.
또 가방을 샀어요? 게다가 비싼 브랜드잖아요.

● **không ~ lắm** : 그렇게 ~하지 않다

> 주어 + không + 상태 + lắm

Cửa hàng này phục vụ không tốt lắm nhưng chất lượng của hàng hóa
lại rất tốt. 이 상점의 서비스는 그다지 좋지 않지만 물건 품질은 매우 좋아요.

Đường này không sạch lắm. 이 길은 그렇게 깨끗하지 않아요.

● **những** : ~들(가늠하기 어려운 표현에서의 복수 표현)

> những + 명사 주어

Những công ty Hàn Quốc đang đầu tư vào Việt Nam.
한국 회사들은 베트남에 투자하는 중입니다.

Những người nước ngoài đều thích thành phố Seoul.
외국인들은 모두 서울을 좋아합니다.

Tôi sẽ giới thiệu về thủ đô Seoul của Hàn Quốc. Seoul là một trong những thành phố mang tầm quốc tế và là thủ đô của Hàn Quốc. Thủ đô Seoul là trung tâm kinh tế, văn hóa, chính trị của Hàn Quốc. Dân số của thành phố Seoul khoảng 10 triệu người mặc dù diện tích chỉ có 600 ki lô mét vuông. Sống ở thủ đô Seoul có rất nhiều ưu điểm. Thứ nhất là giao thông công cộng rất đa dạng và tiện lợi. Thứ hai, thành phố Seoul tập trung nhiều những tập đoàn lớn của Hàn Quốc và trường đại học nên giáo dục rất phát triển và có thể nắm bắt cơ hội về việc làm. Nhưng cũng có một số nhược điểm. Thứ nhất là giao thông tiện lợi nhưng rất phức tạp và dễ bị tắc đường. Thứ hai là giá nhà càng ngày càng tăng lên nên nhiều người dân thành phố Seoul rất khó để tìm được nhà tốt và rẻ.

한국의 수도인 서울에 대해서 소개하겠습니다. 서울은 한국의 수도이며, 세계적인 도시입니다. 수도 서울은 한국의 정치와 경제, 문화의 중심지입니다. 서울은 $600km^2$의 면적을 가지고 있지만, 인구가 천만 명 정도 됩니다. 서울에 거주하는 것은 장점이 많습니다. 첫 번째로는 대중교통 수단이 매우 다양하고 편리합니다. 두 번째, 서울시 안에 많은 대학교와 대기업들이 밀집되어있어서 교육이 굉장히 발전하였고, 새로운 일자리에 대한 기회를 잡을 수 있습니다. 그렇지만 몇몇의 단점도 있습니다. 첫 번째로는 교통이 편리하지만 매우 복잡하고 교통체증이 빈번하게 일어납니다. 두 번째로는 집값이 나날이 오르기 때문에 많은 서울시의 서민들이 싸고 좋은 집을 찾기 어렵습니다.

새단어

- 10 triệu 천만
- chính trị 정치
- diện tích 면적
- dân số 인구
- dễ bị tắc đường 교통체증이 걸리기 쉬운
- giao thông 교통
- giá nhà 집값
- giáo dục 교육
- ki lô mét vuông 제곱킬로미터(km²)
- người dân 서민, 평민
- nhược điểm 단점
- nắm bắt cơ hội 기회를 잡다
- phức tạp 복잡한
- rẻ 싼
- thủ đô 수도
- thứ hai 두 번째
- thứ nhất 첫 번째
- tiện lợi (= thuận tiện) 편리한
- trung tâm 중심
- trường đại học 대학교
- tăng lên 증가하다, 오르다
- tầm 범위, 한계, 한도
- tập trung 집중하다, 집중되어있다
- tập đoàn lớn 대기업
- việc làm 새로운 일
- đô thị 도시
- ưu điểm 장점

Tôi sẽ giới thiệu về thủ đô Seoul của Hàn Quốc. Seoul là một trong những thành phố mang tầm quốc tế và là thủ đô của Hàn Quốc. Thủ đô Seoul là trung tâm kinh tế, văn hóa, chính trị của Hàn Quốc. Dân số của thành phố Seoul khoảng 10 triệu người mặc dù diện tích chỉ có 600 ki lô mét vuông. Sống ở thủ đô Seoul có rất nhiều ưu điểm. Thứ nhất là ① (서울 거주 시 장점) . Thứ hai, ① (서울 거주 시 장점) . Nhưng cũng có một số nhược điểm. Thứ nhất là ② (서울 거주 시 단점) . Thứ hai là ② (서울 거주 시 단점) .

한국의 수도인 서울에 대해서 소개하겠습니다. 서울은 한국의 수도이며, 세계적인 도시입니다. 수도 서울은 한국의 정치와 경제, 문화의 중심지입니다. 서울은 600km²의 면적을 가지고 있지만, 인구가 천만 명 정도 됩니다. 서울에 거주하는 것은 장점이 많습니다. 첫 번째로는 ① . 두 번째, ① . 그렇지만 몇몇의 단점도 있습니다. 첫 번째로는 ② . 두 번째로는 ② .

패턴별 다른 표현들 | 나에게 맞는 표현을 찾아 위의 문장에 대입시켜 보세요.

① 서울 거주 시 장점	영화관, 놀이시설, 학원 등의 이용이 편리하다	có thể dùng rạp chiếu phim, công viên trò chơi, trung tâm đào tạo một cách tiện lợi
	무엇이든 쉽게 물건을 구매할 수 있다	bất cứ cái gì cũng có thể mua một cách dễ dàng
	이동이 쉽고 편리하다	di chuyển rất dễ và tiện lợi
② 서울 거주 시 단점	어디든지 사람이 너무 많다	bất cứ chỗ nào cũng rất đông người
	대체적으로 물가가 비싸다	hầu hết giá cả đắt đỏ
	버스정류장과 지하철역이 많아서 쉽게 헷갈릴 수 있다	có nhiều ga tàu điện ngầm và trạm xe buýt nên dễ bị nhầm

* 〈부록〉 기초 단어를 활용해 다양한 표현을 만들어 보세요.

1. Nếu bạn sống ở thành phố Seoul thì vì sao bạn sống ở Seoul?
   서울에서 거주한다면 서울에 거주하는 이유는 무엇입니까?

   ① 학교가 서울에 있고 나중에 취업할 때도 서울에 거주하는 게 더 편리할 듯합니다.
   Vì trường của em ở Seoul và sau này có thể thuận tiện tìm việc ở đây.

   ② 가족이 모두 여기 살고 있기 때문입니다. 그리고 교육이나 일도 서울에서 생활하는 것이 더 좋습니다.
   Vì gia đình của mình đang sống ở đây. Và giáo dục, công việc cũng như sinh hoạt ở Thành Phố Seoul tốt hơn.

2. Nếu bạn không sống ở thành phố Seoul thì vì sao bạn không sống ở Seoul? 서울에 거주하지 않는다면 서울에서 거주하지 않는 이유가 무엇입니까?

   ① 저는 경기도에 거주하고 있습니다. 한국은 대중교통이 많이 발달되어 있어서 이동이 매우 편리하고 서울과 가깝습니다.
   Tôi đang sống ở tỉnh Gyeonggi-do. Giao thông Hàn Quốc rất phát triển nên di chuyển tiện lợi và rất gần với thành phố Seoul.

   ② 방학 때는 본가에서 거주합니다. 서울이 좋기는 하지만 너무 복잡하고 시끄럽습니다.
   Vào kỳ nghỉ hè, tôi thường về sống cùng bố mẹ. Tuy tôi thích thành phố Seoul nhưng rất phức tạp và ồn ào.

3. Đặc sản của Thành Phố Seoul là gì?
   서울의 특산물은 무엇인가요?

   ① 특별한 것이 없습니다.
   Dạ không có gì đặc biệt.

   ② 서울은 수도이기 때문에 지역별 유명 특산물을 모두 판매합니다. 서울의 특산물은 딱히 없습니다.
   Vì Thành Phố Seoul là thủ đô Hàn Quốc nên bán tất cả các đặc sản nổi tiếng của từng vùng. Vì thế thực sự thành phố Seoul không có đặc sản.

4. Giao thông của Thành Phố Seoul như thế nào?
서울의 교통은 어떤가요?

① 대중교통을 이용하는 사람들도 많지만 개인 전용 자동차를 이용하는 사람도 많습니다. 그래서 항상 막힙니다.

Nhiều người sử dụng giao thông công cộng nhưng đa số mọi người đều có xe ô tô riêng. Cho nên luôn luôn tắc đường.

② 대중교통이 굉장히 발달되어 있어서 이동이 편리합니다.

Phương tiện giao thông công cộng rất phát triển nên di chuyển rất thuận tiện.

5. Người Hàn Quốc nào cũng muốn sống ở Thành Phố Seoul à?
한국 사람들은 모두 서울에 살고 싶어 하나요?

① 대체로는 그렇습니다. 왜냐하면 서울에 거주하는 것이 모든 면에서 편리합니다.

Hầu hết đều muốn như vậy. Vì sống ở Thành Phố Seoul tất cả mọi việc đều thuận tiện.

② 그렇지 않습니다. 아마 모든 사람의 생각이 다를 겁니다.

Dạ không phải vậy đâu. Chắc là mọi người đều có những suy nghĩ khác nhau.

6. Thành Phố Seoul là một đô thị thế nào?
서울은 어떤 도시인가요?

① 서울은 한국의 수도이자 정치와 경제, 문화의 중심지입니다.

Thành Phố Seoul là thủ đô của Hàn Quốc và là trung tâm kinh tế, chính trị, văn hóa.

② 서울은 전통과 현대가 함께 공존하는 도시입니다.

Thành Phố Seoul là một đô thị cùng tồn tại nét hiện đại và truyền thống.

Nếu được giới thiệu về một nơi nổi tiếng ở thành phố Seoul thì tôi muốn giới thiệu về Myeong Dong và làng Hanok Bukchon. Vì nơi này đã được giới thiệu nhiều trên tivi. Hơn nữa, nơi này thường được dùng làm bối cảnh trong những bộ phim Hàn Quốc. Nếu đến Myeong Dong, bạn có thể mua được những hàng hóa như quần áo, túi xách, giày dép rất hợp thời trang. Sau khi mua sắm ở Myeong Dong, bạn nên đến làng Hanok Bukchon. Ở đấy bạn có thể ngắm được những quán cà-phê và những nhà hàng có phong cách cổ và xinh đẹp. Ngoài ra, bạn cũng có thể có trải nghiệm đặc biệt như mặc thử áo Hanbok. Đó chính là lý do mình muốn giới thiệu về khu giải trí Myeong Dong và làng Hanok Bukchon cho bạn.

제가 만약 서울의 유명한 곳을 소개해야 한다면 저는 명동과 북촌 한옥마을에 대해 소개하고 싶습니다. 왜냐하면 이곳은 TV에 많이 소개되었습니다. 또한, 한국의 영화나 드라마 촬영지였습니다. 만약 당신이 명동에 온다면 최근에 유행하고 있는 신발, 가방, 옷 등의 물건들을 구매할 수 있습니다. 명동에서 쇼핑을 한 후에 당신은 북촌 한옥마을에 가보세요. 거기에서 당신은 북촌 한옥마을의 아름답고 고풍스러운 전통 식당과 찻집을 구경할 수 있습니다. 그 외에 당신은 한복을 입어볼 수 있는 특별한 경험도 할 수 있습니다. 이런 이유들로 저는 당신에게 북촌 한옥마을과 즐거운 여가 장소인 명동을 소개하고 싶습니다.

새단어

□ bối cảnh 장면
□ bộ phim (영화의) 세트
□ giày dép 신발
□ hàng hóa 상품
□ làng 마을
□ nghỉ ngơi 쉬다

□ người nước ngoài 외국인
□ ngắm 구경하다, 주시하다
□ nơi 장소, 곳
□ phong cách cổ 고풍스러운
□ quần áo 옷
□ thời trang 유행

□ túi xách 가방
□ xinh đẹp 아름다운
□ xuất hiện 나타나다, 출현하다
□ đó chính là 그것이 바로 ~이다

만들어 보세요! 나에게 맞는 스토리로 만들어 외워 보세요.

Nếu được giới thiệu về một nơi nổi tiếng ở thành phố Seoul thì tôi muốn giới thiệu về ① ___ (쇼핑 지역) và ② ___ (전통 마을) . ③ ___ (쇼핑 지역 소개) Nếu đến ① ___ (쇼핑 지역) ___ , bạn có thể mua được những hàng hóa như quần áo, túi xách, giày dép rất hợp thời trang. Sau khi mua sắm ở ① ___ (쇼핑 지역) , bạn nên đến ② ___ (전통 마을) . ④ ___ (전통 마을 소개) ___ Đó chính là lý do mình muốn giới thiệu về khu giải trí ① ___ (쇼핑 지역) và ② ___ (전통 마을) cho bạn.

제가 만약 서울의 유명한 곳을 소개해야 한다면 저는 ① ___ 과 ② ___ 에 대해 소개하고 싶습니다. ③ ___ 만약 당신이 ① ___ 에 온다면 최근에 유행하고 있는 신발, 가방, 옷 등의 물건들을 구매할 수 있습니다. ① ___ 에서 쇼핑을 한 후에, 당신은 ② ___ 에 가보세요. ④ ___ 이런 이유들로 저는 당신에게 ② ___ 과 즐거운 여가 장소인 ① ___ 을 소개하고 싶습니다.

패턴별 다른 표현들 | 나에게 맞는 표현을 찾아 위의 문장에 대입시켜 보세요.

① 쇼핑 지역	동대문	Dongdaemun	② 전통 마을	경복궁	Gyeongbok-gung
③ 쇼핑 지역 소개	동대문	동대문은 한국의 가장 유명한 쇼핑지입니다. Dongdaemun là một khu mua sắm rất nổi tiếng ở Hàn Quốc. DDP에는 물건들이 진열되어 있고 전시회가 개최되기 때문에 매우 재밌습니다. Ở DDP thường trưng bày hàng hóa hoặc tổ chức triển lãm nên rất thú vị.			
④ 전통 마을 소개	경복궁	경복궁은 조선 시대의 궁전입니다. Gyeongbok-gung là một cung điện thời Joseon. 만약 당신이 그곳에 간다면 궁전들을 사진 찍을 수 있고, 한국의 전통의상인 한복도 입어볼 수 있습니다. 그렇기 때문에, 외국인들은 그곳에서 한국의 전통을 엿볼 수 있습니다. Nếu đến đó thì có thể chụp hình được những cung điện và mặc thử được áo truyền thống Hàn Quốc gọi là Han-Bok. Vì vậy, ở đó du khách có thể cảm nhận được những giá trị về truyền thống của Hàn Quốc.			

* 〈부록〉 기초 단어를 활용해 다양한 표현을 만들어 보세요.

1. **Hãy giới thiệu về một nơi nổi tiếng nhất tại Seoul.**
서울에서 가장 유명한 곳을 추천해 주세요.

① 저는 남산을 추천하고 싶습니다. 왜냐하면 그곳은 드라마의 한 촬영지로 베트남 사람에게도 유명하기 때문입니다.
   Tôi muốn giới thiệu về núi Namsan. Vì đó là một nơi thường xuất hiện trong phim nên rất nổi tiếng đối với người Việt Nam.

② 저는 한강을 소개하고 싶습니다. 한강을 보면서 다양한 스포츠를 즐길 수 있기 때문입니다.
   Tôi muốn giới thiệu về Hangang. Vì có thể vừa ngắm cảnh Hangang vừa chơi các môn thể thao.

2. **Tôi muốn tham quan một nơi truyền thống. Bạn có thể giới thiệu cho tôi được không?** 저는 서울에서 전통을 볼 수 있는 곳을 관광하고 싶습니다. 소개해 줄 수 있나요?

① 저는 광화문을 추천하고 싶습니다. 광화문에는 이순신 장군 동상이 서 있고, 다양한 축제가 열리기도 합니다.
   Tôi muốn giới thiệu về Gwanghwamun. Vì ở đó có bức tượng của đô đốc Yi Sun-sin và thường tổ chức nhiều lễ hội đa dạng.

② 저는 인사동을 추천합니다. 전통찻집이 많고 기념품을 판매하기 때문에 인사동을 추천하고 싶습니다.
   Tôi sẽ giới thiệu về Insa-dong. Vì có nhiều quán cà phê truyền thống và bán hàng lưu niệm nên tôi muốn giới thiệu về Insa-dong.

3. **Tôi muốn tham quan một nơi giải trí. Bạn có thể giới thiệu cho tôi được không?** 저는 서울에서 즐겁게 놀 수 있는 곳을 관광하고 싶습니다. 소개해 줄 수 있나요?

① 광장시장은 한국 전통 재래시장으로 다양한 물건도 살 수 있고, 맛있는 음식을 먹을 수 있습니다.
   Chợ Gwang-Jang là một chợ truyền thống của Hàn Quốc, có thể mua được nhiều mặt hàng và thưởng thức được nhiều món ăn ngon.

② 남대문은 한국의 국보 1호이며, 그 주변에는 많은 상점이 있어서 편리하게 쇼핑을 할 수 있습니다.
   Nam-Dae-Mun là quốc bảo số 1 của Hàn Quốc và ở xung quanh có nhiều cửa hàng nên có thể mua sắm thuận tiện.

4. Bạn có thể giới thiệu về một nơi nào đó ở thành phố Seoul cho người nước ngoài được không? 외국인에게 서울의 한 장소에 대해 소개해줄 수 있나요?

① 저는 이태원을 추천합니다. 이태원은 외국인의 거리로 다양한 세계음식을 맛볼 수 있기 때문입니다.

Tôi sẽ giới thiệu về Itaewon. Itaewon là một đường phố dành cho người nước ngoài nên có thể nếm thử được những món ăn đa dạng trên thế giới.

② 저는 한국의 여러 공원을 추천하고 싶습니다. 한국의 공원들은 넓고 깨끗하므로 산책하기도 좋고, 사진 찍기도 좋은 것 같습니다.

Tôi sẽ giới thiệu về những công viên của Hàn Quốc. Vì công viên của Hàn Quốc vừa rộng vừa sạch sẽ nên tốt cho đi dạo và chụp hình.

5. Ở thành phố Seoul có nhà hàng nào ngon nhất? 서울에서 가장 맛있는 맛집이 있나요?

① 사실 한 곳만 선택하기 너무 어렵습니다. 강남 근처에 맛집이 많습니다.

Thật sự khó chọn ra một nơi cụ thể. Gần Gang-Nam có nhiều nhà hàng rất ngon.

② 한국 사람과 외국 사람 모두 삼겹살을 좋아하므로 저는 삼겹살집을 소개하고 싶습니다.

Người Hàn Quốc và người nước ngoài đều thích Samgyeopsal(thịt ba chỉ) nên tôi muốn giới thiệu về nhà hàng Samgyeopsal(thịt ba chỉ).

6. Nghe nói giao thông của thành phố Seoul rất phức tạp, vậy bạn thường đi thế nào? 서울의 교통이 매우 혼잡하다던데 당신은 주로 어떻게 다니나요?

① 저는 주로 지하철을 이용합니다. 환승이 다소 불편하지만 그래도 아주 빠릅니다.

Tôi thường đi bằng tàu điện ngầm. Mặc dù đổi tuyến hơi bất tiện nhưng rất nhanh.

② 저는 개인 자동차를 이용합니다. 운전한 지 오래돼서 서울의 지하철이나 버스 이용 노선은 잘 모릅니다.

Tôi thường đi bằng xe ô tô riêng. Vì tôi lái xe ô tô từ lâu lắm rồi nên không biết về tuyến đường của xe buýt và tàu điện ngầm.

● 서울 소개 핵심 표현

수도(thủ đô)	서울시	Thành Phố Seoul
면적(diện tích)	약 600km²	khoảng 600 ki lô mét vuông
인구(dân số)	약 천만 명	khoảng mười triệu người
특산물(đặc sản)	서울에는 모든 것이 있기 때문에 특별한 것이 없다. không có gì đặc biệt vì ở thành phố Seoul cái gì cũng có.	
서울에 인구가 많은 이유 (lý do nhiều người sống ở Thành Phố Seoul)	1. 많은 기회가 있다. (대학 입학, 취업, 일) có nhiều cơ hội (vào đại học, xin việc, làm việc) 2. 대중교통수단 (대중교통수단이 굉장히 다양하고 편리하다 ex: 지하철, 버스) phương tiện giao thông công cộng. (giao thông công cộng rất đa dạng và thuận tiện. Ví dụ : tàu điện ngầm, xe buýt) 3. 많은 여가 장소 (여가 장소들을 구경하고 예술과 문화를 쉽게 접할 수 있다.) có nhiều địa điểm vui chơi giải trí (có thể dễ dàng tới những khu vui chơi giải trí nên dễ tiếp cận văn hóa và nghệ thuật)	

● 서울 관광지 소개

조용한 곳(nơi yên tĩnh)	
한강	Hangang (Sông Hàn)
남산 / N서울타워	Namsan / N Seoul Tower (Núi Nam-San / Tháp Seoul)
즐길 수 있는 곳(nơi giải trí)	
동대문	Dongdaemun
명동	Myeong Dong
전통을 볼 수 있는 곳(nơi truyền thống)	
경복궁	Gyeongbok-gung (Cung Gyeong-Bok)
인사동	Insa-dong

유용한 표현사전 10

자신에게 맞는 답변을 체크해 보세요. ☑

주제에 관한 다양하고 유용한 표현들입니다. 자신에게 맞는 문장을 체크하고 재미있는 스토리를 만들어보세요. 어떤 질문에도 당황하지 않고 나만의 표현력은 물론, 논리력에도 자신감이 생깁니다.

☐ 한국의 수도는 서울입니다.
Thủ đô của Hàn Quốc là Seoul.

☐ 서울은 비록 면적은 작지만 활동적인 도시 중 하나입니다.
Thành phố Seoul tuy diện tích nhỏ nhưng là một trong những đô thị rất năng động.

☐ 서울은 나날이 발전 중입니다.
Thành Phố Seoul càng ngày càng phát triển.

☐ 외국인들은 명동에서 쇼핑하는 것을 좋아합니다.
Người nước ngoài rất thích đi mua sắm ở Myeong Dong.

☐ 강남은 서울에서 부유한 지역 중 하나입니다.
Gang Nam là một khu vực giàu ở Seoul.

☐ 대학교 근처에는 모든 유행하는 것들이 있습니다.
Có tất cả những thứ thịnh hành ở gần trường đại học.

☐ 서울의 대중교통수단은 굉장히 발달해 있어서 이동이 편리합니다.
Phương tiện giao thông công cộng ở Seoul rất phát triển nên di chuyển tiện lợi.

☐ 저는 경기도에 거주하지만, 서울과 매우 가깝습니다.
Tuy em đang sống ở Gyeonggido nhưng rất gần với Seoul.

☐ 저는 잠실을 소개하고 싶습니다. 왜냐하면 그곳에 매우 큰 놀이공원이 있습니다.
Em muốn giới thiệu về Jamsil. Vì ở đó có công viên trò chơi rất lớn.

☐ 저는 서울에 살지 않아서 서울의 여가 장소들을 잘 모릅니다.
Em không sống ở Seoul nên không biết gì về những khu vực vui chơi ở Seoul.

: Intermediate High

11~15과

다양한 문형과 어휘 사용이 가능하며, 원어민과 비교적 오랜 시간 대화가 가능한
수준입니다. 일반적인 업무 커뮤니케이션에 무리 없이 대응할 수 있습니다.

Ngoài Seoul, hãy giới thiệu về một thành phố nổi tiếng tại Hàn Quốc.

서울 이외에 한국에서 유명한 도시를 소개해 주세요.

OPI 시험에서 서울에 대한 질문 다음으로 서울 이외의 다른 도시 또는 시험자의 고향 등에 대해 물어보는 경우를 대비해 학습해 보세요.

핵심 패턴

- đồng thời (là) : 동시에
- đối với : ~에게는, ~에게 있어서
- vân vân : 등등

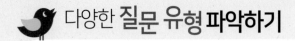

다양한 **질문 유형** 파악하기

"한국의 관광지 소개"의 다양한 질문 유형입니다. 🎧 **13-1**

- **Ngoài Seoul, Hàn Quốc còn có những thành phố nổi tiếng nào?** 서울 이외에 한국에서 유명한 도시는 어디입니까?

- **Hãy giới thiệu về một thành phố nổi tiếng ở Hàn Quốc.**
  한국에서 유명한 도시를 설명해 주세요.

"한국의 관광지 소개"에 관한 다른 표현의 질문들입니다. 🎧 **13-2**

① Thành phố biển nổi tiếng của Hàn Quốc là thành phố nào?
   한국의 유명한 해양도시는 어디입니까?

   ➡ Thành phố biển nổi tiếng của Hàn Quốc là thành phố 'Busan'.
      한국의 유명한 해양도시는 '부산'입니다.

② Chắc là bạn đã nghe nhiều về Jejudo vậy bạn đã từng đến Jejudo bao giờ chưa? 제주도에 대해 들어보셨을 텐데 당신은 제주도에 가 본 적이 있습니까?

   ➡ Lần đầu tiên em đến Jejudo là khi em đi tham quan thực tế ở trường học. 제주도를 처음 가본 것은 수학여행 때였습니다.   * Jejudo(= đảo Jeju)

③ Thành phố lâu đời của Hàn Quốc là thành phố nào?
   한국의 오래된 전통 도시는 어디입니까?

   ➡ Thành phố lâu đời của Hàn Quốc là thành phố Gyeongju. Cho nên nếu đến Gyeongju thì chúng ta có thể tham quan được những di tích lịch sử của Hàn Quốc. 한국의 고도는 '경주'입니다. 그래서 경주에 가면 한국의 유적지를 구경할 수 있습니다.

핵심 패턴 익히기

● **đồng thời (là)** : 동시에

> 서술어1 + đồng thời (là) + 서술어2

Busan là thành phố lớn thứ hai đồng thời là thành phố du lịch biển nổi tiếng. 부산은 한국의 유명한 해양도시인 동시에 두 번째로 큰 도시입니다.

Anh ấy là một người thông minh đồng thời là một người vui tính.
그는 똑똑한 사람인 동시에 유머감각이 있는 사람입니다.

● **đối với** : ~에게는, ~에게 있어서

> Đối với + 주어 + 서술어

Đối với tôi, du lịch là một phương pháp giải tỏa căng thẳng.
나에게 있어서 여행은 하나의 스트레스 해소법입니다.

Đối với tôi, học tiếng Việt là một niềm vui.
베트남어 공부는 나에게 있어서 즐거움입니다.

● **vân vân** : 등등

> 주어 + 동사 + 목적어 + vân vân

Tôi muốn giới thiệu về di tích lịch sử của Hàn Quốc như Gyeongju hoặc là Jeonlado vân vân. 경주나 전라도 등과 같은 한국의 유적지를 소개해주고 싶습니다.

Khi tôi học tiếng Việt, có nhiều yếu tố quan trọng như phát âm, ngữ pháp vân vân. 베트남어 공부할 때 발음이나 문법 등과 같이 중요한 요소가 매우 많습니다.

Busan là thành phố lớn thứ hai, đồng thời là thành phố du lịch biển nổi tiếng nhất ở Hàn Quốc. Vì vậy, có rất nhiều người nước ngoài đến Busan để du lịch. Busan nổi tiếng với rất nhiều loại ẩm thực như: cá sống, cơm Dwaeji-gukbap(canh thịt lợn), mỳ lạnh. Nếu đến Busan nhất định bạn phải đến bãi biển Haeundae và Gwanganri. Bãi biển Busan rất là lớn, đặc biệt cảnh đêm ở Busan cũng rất tuyệt vời. Đặc sản của thành phố Busan là hải sản. Ngoài ra, Liên hoan phim quốc tế Busan và những trận đấu bóng chày là những hoạt động rất nổi bật tại Busan. Ở đó mọi người cùng nhau xem bóng chày, cổ vũ và cùng nhau uống bia, ăn gà rán rất vui vẻ. Từ Seoul đến Busan mất khoảng 2 tiếng rưỡi đi bằng tàu cao tốc KTX hoặc khoảng 1 tiếng đi bằng máy bay.

부산은 한국의 두 번째로 큰 수도인 동시에 한국에서 가장 유명한 해양도시이자 관광도시입니다. 그래서 많은 외국인이 부산으로 여행을 많이 갑니다. 부산 음식으로 회, 돼지국밥, 밀면이 유명합니다. 만약 부산을 가면 꼭 가봐야 하는 곳이 해운대와 광안리입니다. 부산 바다는 굉장히 넓고 특히 야경이 매우 아름답습니다. 부산의 특산물은 해산물입니다. 또 부산은 부산국제영화제와 야구로 굉장히 유명합니다. 그곳에서 모든 사람들이 함께 야구를 흥겹게 관람하며 응원도 하고 치킨과 맥주도 먹습니다. 서울에서부터 부산까지 KTX 고속 열차로 약 2시간 반이 걸리고, 비행기로는 약 1시간 정도 걸립니다.

* vì vậy = vì thế, cho nên, nên : 그래서, 그러므로
* cảnh đêm : 야경
  ☞ phong cảnh(풍경)에서 온 cảnh과 ban đêm(밤)에서 온 đêm이 결합하여 '야경'이란 의미를 지닙니다.

새단어 ◀

□ biển 해양	□ mỳ lạnh 밀면	□ tàu cao tốc 고속 열차
□ bóng chày 야구	□ nổi bật 눈에 띄다, 돌출하다	□ đặc sản 특산품
□ cổ vũ 응원하다	□ rưỡi 어느 단위의 반	□ định 지정된, 결정하다
□ gà rán 치킨	□ trận đấu 경기, 시합	□ đồng thời 동시에
□ liên hoan 연회, 축제	□ tuyệt vời 대단한	□ ẩm thực 음식
□ máy bay 비행기		

만들어 보세요! 나에게 맞는 스토리로 만들어 외워 보세요.

① _____ (지역 소개)

Vì vậy, có rất nhiều người nước ngoài đến ⟨지역⟩ để du lịch. ②

_____ (특산물)

Nếu đến ⟨지역⟩ nhất định bạn phải đến bãi biển ③ _____ (가볼 만한 곳) .

④ _____ (추천 이유)

⑤ _____ (거리와 교통편)

① _____

그래서 많은 외국인이 _____ 로 여행을 많이 갑니다. ②

만약 _____ 을 가면 꼭 가봐야 하는 곳이 ③ _____ 입니다. ④

⑤ _____

패턴별 다른 표현들 | 나에게 맞는 표현을 찾아 위의 문장에 대입시켜 보세요.

● 지역 : 경주 Gyeongju

① 지역 소개	경주는 한국의 옛 수도입니다. 만약 이곳에 간다면 한국의 멋을 볼 수 있습니다. Gyeongju là cố đô của Hàn Quốc. Nếu bạn đến đấy thì có thể ngắm được những vẻ đẹp của Hàn Quốc.	
② 특산물	경주는 경주빵과 토마토가 굉장히 유명합니다. Bánh Gyeongju và cà chua rất nổi tiếng ở Gyeongju.	
③ 가볼 만한 곳	불국사와 첨성대 Bulguksa và Cheomseongdae	
④ 추천 이유	경주에는 석굴암과 불국사와 같은 세계문화유산이 많으므로 학생들이 경주로 수학여행을 많이 가기 때문입니다. Vì ở Gyeongju có nhiều di sản văn hóa thế giới như chùa Bulguksa và Seokguram nên các bạn học sinh đi tham quan thực tế ở Gyeongju rất nhiều.	
⑤ 거리와 교통편	서울에서부터 경주까지 약 400km입니다. 자동차로 가면 약 4시간 정도가 소요되며, KTX로 가면 약 2시간이 소요됩니다. Gyeongju cách Seoul khoảng 400km. Nếu đi bằng xe ô tô thì mất khoảng 4 tiếng đồng hồ còn đi bằng tàu hỏa KTX thì mất khoảng 2 tiếng đồng hồ.	

* 〈부록〉 기초 단어를 활용해 다양한 표현을 만들어 보세요.

1. **Bạn đã từng đến thành phố Busan chưa?** 당신은 부산을 가본 적이 있습니까?

　① 네, 제 고향이 부산입니다.

　　Dạ, quê em ở Busan ạ.

　② 저는 부산을 한 번밖에 가보지 않았습니다.

　　Dạ, em mới chỉ đến Busan một lần ạ.

2. **Món ăn nổi tiếng của Busan là gì?** 부산에는 유명한 음식이 무엇이 있습니까?

　① 부산은 해양도시이기 때문에 다양한 종류의 해산물이 유명합니다.

　　Busan là thành phố biển nên rất nổi tiếng với các loại hải sản.

　② 부산은 우육탕면이 유명합니다.

　　Busan rất nổi tiếng với Uyuktang-myeon.

3. **Busan sử dụng tiếng địa phương phải không?** 부산은 사투리를 쓰나요?

　① 네, 맞습니다. 부산 사람들은 사투리를 씁니다.

　　Vâng, đúng rồi ạ. Người Busan sử dụng tiếng địa phương.

　② 네, 저는 서울 사람이기 때문에 부산 사투리를 듣기가 어려웠습니다.

　　Vâng, vì tôi là người Seoul nên nghe giọng Busan hơi khó.

4. **Hãy giới thiệu về một địa điểm du lịch nổi tiếng ở Busan.**
   부산에서 유명한 여행지를 추천해 주세요.

　① 부산은 해운대와 광안리 같은 바다가 제일 유명합니다.

　　Busan nổi tiếng nhất với bãi biển Haeundae và bãi biển Gwanganri.

　② 부산에는 광안대교, 태종대 등이 유명하고 부산국제영화제, 부산 야구장이 유명합니다.

　　Busan có những địa điểm nổi tiếng như: cầu Gwangan, tháp Taejong, sân vận động bóng chày hay liên hoan phim quốc tế Busan.

5. Từ Seoul đến Busan mất khoảng bao lâu? 서울에서 부산까지 얼마나 걸리나요?

① 비행기로 약 1시간 정도 걸립니다.

Nếu đi bằng máy bay thì mất khoảng một tiếng ạ.

② 기차로는 약 4시간 정도 걸리고, KTX 고속 열차로는 약 2시간 30분 정도 걸립니다.

Nếu đi bằng tàu hỏa thì mất khoảng 4 tiếng, còn đi bằng tàu cao tốc KTX thì mất khoảng 2 tiếng rưỡi ạ.

6. Thời tiết ở Busan thế nào? 부산의 날씨는 어떤가요?

① 부산은 남쪽이기 때문에 서울보다 좀 더 따뜻합니다.

Busan ở phía nam cho nên so với Seoul thì khí hậu ấm áp hơn một chút.

② 서울과 비슷하지만 조금 습합니다.

Thời tiết khá giống với Seoul nhưng hơi ẩm.

7. Sau này bạn có muốn sống ở Busan không? 나중에 당신은 부산에서 살고 싶나요?

① 네. 부산은 아름다운 해양 도시입니다. 그래서 기회가 되면 부산에서 살고 싶습니다.

Có ạ. Busan là một thành phố biển rất đẹp. Vì vậy, sau này nếu có cơ hội em rất muốn sống ở Busan.

② 아니요. 저는 회사가 서울에 있기 때문에 부산은 여행으로만 가고 싶습니다.

Không ạ. Vì công ty của em ở Seoul nên em chỉ muốn đi du lịch đến Busan thôi ạ.

8. Busan là một thành phố như thế nào? 부산은 어떤 도시입니까?

① 부산은 한국의 2번째로 큰 정치, 경제, 문화의 중심지입니다.

Busan là một trung tâm kinh tế, văn hóa, chính trị lớn thứ 2 của Hàn Quốc.

② 부산은 내국인뿐만 아니라 외국인에게도 유명한 관광지입니다.

Busan là một thành phố du lịch nổi tiếng không chỉ với người dân trong nước mà còn cả với người nước ngoài.

Jejudo là thành phố đảo lớn nhất của Hàn Quốc. Từ thành phố Seoul đến Jejudo mất khoảng 1 tiếng đi bằng máy bay và mất khoảng 12 tiếng đi bằng tàu thủy. Đối với người Hàn Quốc, Jejudo là nơi ít nhất phải đến một lần trong đời. Vì những người Hàn Quốc đi Jejudo để nghỉ mát. Dạo gần đây, người Hàn Quốc thường đi nghỉ mát ở nước ngoài. Nhưng ngày xưa, Jejudo rất nổi tiếng về một khu nghỉ mát tiêu biểu ở Hàn Quốc. Jejudo có rất nhiều đặc sản như: quýt núi Halla, thịt lợn đen, hải sản. Jejudo nổi tiếng với những khu tham quan như núi Halla, đường Olle và những bãi biển tuyệt đẹp. Người Hàn Quốc thường nói rằng Jejudo là một hòn đảo nổi tiếng với đá, gió biển và những cô thiếu nữ xinh đẹp.

제주도는 한국에서 가장 큰 섬 도시입니다. 서울에서 제주도까지 비행기로는 약 1시간 정도 걸리고 배로는 약 12시간 정도 걸립니다. 한국 사람이라면 제주도는 한 번쯤 꼭 가보는 도시입니다. 왜냐하면 한국인들이 휴양을 위해 제주도에 가기때문입니다. 요즘은 휴가를 즐기기 위해 외국을 많이 갑니다. 하지만 예전에는 제주도가 한국의 대표 휴양지로 유명했습니다. 제주도의 특산품으로는 한라봉과 흑돼지, 해산물 등이 있습니다. 제주도는 바다가 아름다운 도시이고, 관광지로는 올레길, 한라산이 있습니다. 한국 사람들은 제주도를 돌, 바람, 여자가 유명한 도시라고 합니다.

새단어

- gió 바람
- giống như ~와 같은
- ngày xưa 옛날
- núi 산
- nước ngoài 외국

- quýt 귤
- thiếu nữ 소녀, 처녀
- thịt lợn đen 흑돼지
- thực tế 실제, 실제의
- trong đời 생전

- tàu thủy 배
- từ A đến B A에서 B까지
- ít nhất 적어도
- đá 돌
- đảo 섬

만들어 보세요! 나에게 맞는 스토리로 만들어 외워 보세요.

① (추천 도시와 간략한 소개)　　　　　② (도시까지 걸리는 시간 및 교통편)

Đối với người Hàn Quốc, (추천 도시) là nơi ít nhất phải đến một lần trong đời. Vì những người Hàn Quốc đi (추천 도시) để nghỉ mát . Dạo gần đây, người Hàn Quốc thường đi nghỉ mát ở nước ngoài. Nhưng ngày xưa, (추천 도시) rất nổi tiếng về một khu nghỉ mát tiêu biểu ở Hàn Quốc. (추천 도시) có rất nhiều đặc sản như:

③ (특산품)　.　(추천 도시) nổi tiếng với ④ (관광지)

và những bãi biển tuyệt đẹp. ⑤

(추천 도시의 추가 설명)

① 　　　　　　② 　　　　　　 한국 사람이라면 　　 는 한 번쯤은 꼭 가보는 도시입니다. 왜냐하면 한국인들이 휴양을 위해 　　 에 가기때문입니다. 요즘은 휴가를 즐기기 위해 외국을 많이 갑니다. 하지만 예전에는 　　 가 한국의 대표 휴양지로 유명했습니다. 　　 의 특산품으로는 ③ 　　　　　　 등이 있습니다. 　　 는 바다가 아름다운 도시이고, 관광지로는 ④ 　　　　　　 등이 있습니다. ⑤

패턴별 다른 표현들 ｜ 나에게 맞는 표현을 찾아 위의 문장에 대입시켜 보세요.

● 지역 : 강원도 Gangwondo

①	추천 도시와 간략한 소개	한국 사람들은 여름에 강원도에 있는 휴양지로 자주 갑니다. Người Hàn Quốc hay đến khu nghỉ mát ở Gangwondo vào mùa hè.
②	도시까지 걸리는 시간 및 교통편	강원도는 서울에서 자동차로 2~3시간 정도 걸립니다. Từ Seoul đến Gangwondo mất khoảng 2~3 tiếng đi bằng xe ô tô.
③	특산품	오징어 mực 　 감자 khoai tây 　 옥수수 ngô 　 닭강정 gà rán tẩm gia vị
④	관광지	속초 Sokcho 　 설악산 núi Seorak 　 낙산사 chùa Naksan 　 해변가 bờ biển
⑤	추천 도시의 추가 설명	강원도는 바다와 산, 둘 다 느낄 수 있는 곳입니다. Gangwondo là nơi có thể ngắm được cả biển và núi. 그래서 많은 외국인들도 그곳으로 여행합니다. Chính vì thế rất nhiều người nước ngoài cũng tới đây du lịch.

＊〈부록〉 기초 단어를 활용해 다양한 표현을 만들어 보세요.

1. Từ Seoul đến Jejudo mất khoảng bao lâu?
서울에서 제주도까지 얼마나 걸립니까?

① 비행기로는 약 1시간 정도 걸립니다.
Mất khoảng 1 tiếng đi bằng máy bay.

② 배로 약 12시간 정도 걸리는데 비행기로 가는 게 더 빠릅니다.
Mất khoảng 12 tiếng đi bằng tàu thủy nhưng đi bằng máy bay nhanh hơn.

2. Đặc sản của Jejudo là gì?
제주도의 특산품은 무엇입니까?

① 제주도는 갈치가 유명합니다.
Đặc sản của Jejudo là cá hố.

② 제주도는 섬이기 때문에 해산물이 유명합니다. 그 외에 흑돼지고기도 유명합니다.
Jeju là đảo nên rất nổi tiếng với các loại hải sản. Ngoài ra còn có món thịt lợn đen cũng rất nổi tiếng.

3. Ẩm thực của Jejudo như thế nào?
제주도의 음식은 어떻습니까?

① 제주도의 음식은 대체로 회, 초밥 등 해산물이 많습니다.
Ẩm thực của Jejudo đa phần là các loại hải sản như cá sống, sushi, vân vân.

② 제주도는 흑돼지가 굉장히 유명합니다. 한국 사람들은 흑돼지를 쌈에 싸서 먹는 것을 좋아합니다.
Thịt lợn đen là món ăn rất nổi tiếng ở Jejudo. Người Hàn Quốc thường rất thích ăn gỏi cuốn với thịt lợn đen.

4. Hãy giới thiệu về một địa điểm du lịch tại Jejudo.
제주도의 여행지를 소개해주세요.

① 제주도는 우도, 천지연폭포가 여행지로 유명합니다.

Đảo Udo, thác nước Cheonjiyeon là những địa điểm du lịch nổi tiếng ở Jejudo.

② 제주도는 풍경이 아름답기 때문에 드라마나 영화 촬영지로 유명합니다.

Vì Jejudo có rất nhiều cảnh đẹp nên thường được dùng làm bối cảnh của các bộ phim truyền hình.

5. Khí hậu ở Jejudo như thế nào? 제주도의 기후는 어떻습니까?

① 제주도는 비가 자주 옵니다.

Ở Jejudo hay có mưa ạ.

② 제주도는 따뜻하지만 바람이 세게 붑니다.

Khí hậu ở Jejudo khá ấm áp nhưng gió thổi rất mạnh.

6. Ngoài Busan hay Jejudo, bạn hãy giới thiệu thêm một địa điểm du lịch nổi tiếng ở Hàn Quốc.
부산이나 제주도 이외에 한국에서 유명한 여행지를 더 소개해주세요.

① 서울에서 가까운 해양도시로는 강원도가 있습니다. 강원도 역시 바다가 유명하기 때문에 해산물이 유명합니다.

Ở gần Seoul cũng có một thành phố biển tên là Gangwondo. Gangwondo quả nhiên nổi tiếng với bãi biển nên hải sản ở đó rất nổi tiếng.

② 경주는 한국의 옛 수도입니다. 그래서 경주에 가면 한국의 현대와 전통적인 아름다움을 함께 볼 수 있습니다.

Gyeongju là cố đô của Hàn Quốc. Vì vậy, nếu đến Gyeongju chúng ta có thể thấy được những nét đẹp hiện đại và truyền thống của Hàn Quốc.

학습 더하기+

● 한국의 역사 유적지

Gyeongju	경주	Seokguram	석굴암
Gyeongbok-gung	경복궁	Bulguksa	불국사
Namdaemun	남대문	Cheomseongdae	첨성대
Ganghwado	강화도	Goindol	고인돌
Suwon Hwaseong	수원 화성	Namhansansung	남한산성

● 한국의 해변, 바닷가

Gangwondo	강원도	Gangneung	강릉
Gyeongpodae	경포대	Eulwangri	을왕리
Haeundae	해운대	Gwanganri	광안리
Sokcho	속초	Jeong Dong Jin	정동진

● 한국의 섬, 바다, 산

Đảo Nami	남이섬	Jejudo(Đảo Jeju)	제주도
Đảo Ulleungdo	울릉도	Đảo Dokdo	독도
Đảo Geoje	거제도	Núi Halla	한라산
Núi Jirisan	지리산	Núi Bukhansan	북한산
Núi Seoraksan	설악산	Núi Chiaksan	치악산

주제에 관한 다양하고 유용한 표현들입니다. 자신에게 맞는 문장을 체크하고 재미있는 스토리를 만들어보세요. 어떤 질문에도 당황하지 않고 나만의 표현력은 물론, 논리력에도 자신감이 생깁니다.

☐ 부산은 한국의 두 번째로 큰 도시입니다.

Busan là đô thị lớn thứ hai ở Hàn Quốc.

☐ 만약 기회가 된다면 저는 부산에서 살고 싶습니다.

Nếu có dịp thì em muốn sống ở thành phố Busan.

☐ 경주는 한국의 전통 도시입니다.

Gyoengju là đô thị truyền thống ở Hàn Quốc.

☐ 서울에서 부산까지 KTX 고속 열차로 약 2시간 정도 걸립니다.

Từ Seoul đến Busan mất khoảng 2 tiếng bằng tàu cao tốc KTX.

☐ 제주도는 한국의 가장 큰 섬입니다.

Jeju là thành phố đảo lớn nhất của Hàn Quốc

☐ 저도 역시 아직 제주도를 가본 적이 없지만, 굉장히 가보고 싶습니다.

Em cũng chưa bao giờ đi du lịch ở Jejudo nhưng em rất muốn đi.

☐ 듣기로 부산은 부산국제영화제로 유명하다고 합니다.

Nghe nói ở Busan rất nổi tiếng về liên hoan phim quốc tế Busan.

☐ 예전에 제가 제주도 여행을 갔을 때 초콜릿을 샀습니다.

Trước đây khi em đi du lịch ở Jejudo, em đã mua sô-cô-la.

☐ 만약 선생님께서 부산에 오신다면 부산 회를 꼭 드셔보세요.

Nếu cô/anh đến Busan thì nhất định hãy ăn thử cá sống Busan.

☐ 외국인과 한국인 모두 제주도에 휴가로 자주 온다고 합니다.

Nghe nói cả người nước ngoài và người Hàn Quốc thường đến Jejudo để nghỉ ngơi.

: Intermediate High

11~15과

다양한 문형과 어휘 사용이 가능하며, 원어민과 비교적 오랜 시간 대화가 가능한
수준입니다. 일반적인 업무 커뮤니케이션에 무리 없이 대응할 수 있습니다.

Hãy trình bày về ưu điểm và nhược điểm của mạng xã hội.

SNS에 대한 장점과 단점을 말해 보세요.

현대 사회에 깊이 자리 잡은 SNS의 '사용 유/무'와 '생각'을 묻는
질문에 대비해 답변을 준비해 보세요.

핵심 패턴

- **một trong những** : ~중에 하나이다
- **nhờ** : ~덕분에
- **dường như** : ~인듯하다
- **theo** : ~에 따라서

다양한 **질문 유형** 파악하기

"SNS 사용"의 다양한 질문 유형입니다. 🎧 **14-1**

- **Bạn có dùng mạng xã hội không?** 당신은 SNS를 하고 있습니까?

- **Nếu không dùng thì lý do là gì?** 안 하신다면 안 하는 이유가 있습니까?

"SNS 사용"에 관한 다른 표현의 질문들입니다. 🎧 **14-2**

① Bạn thường sử dụng mạng xã hội nào?
당신이 자주 하는 SNS은 무엇입니까?

➜ Tôi thường dùng facebook. 저는 페이스북을 주로 합니다.

② Bạn có dùng Instagram không? 인스타그램을 자주 하나요?

➜ Không ạ, tôi không dùng nhiều mạng xã hội.
아니요, 저는 SNS를 자주 하지 않습니다.

③ Nếu không dùng mạng xã hội thì bạn kết nối với mọi người
xung quanh bằng cách nào? SNS를 전혀 안 하면 주변인들과 어떻게 소통하나요?

➜ Tôi chỉ dùng kakao talk và điện thoại. Nếu có việc gấp thì tôi sẽ gọi
điện. 저는 카카오톡하고 전화만 사용합니다. 급한 일이 생기면 전화를 겁니다.

핵심 패턴 익히기

● **một trong những** : ～중에 하나이다

> 주어 + một trong những + 명사

Đây là một trong những vấn đề quan trọng nhất của công ty chúng ta.
이 문제는 우리 회사에서 가장 중요한 문제 중 하나입니다.

Mạng xã hội là một trong những vấn đề của xã hội hiện đại.
SNS는 현대 사회의 문제 중 하나입니다.

● **nhờ** : ～덕분에

> nhờ + 주어 + 술어

Nhờ mạng xã hội tôi có thể kết bạn với người Việt Nam một cách dễ dàng. SNS 덕분에 베트남 친구들을 쉽게 사귈 수 있습니다.

Nhờ cô giáo mà tôi mới có thể nhận được giải trong kỳ thi nói tiếng Việt. 선생님 덕분에 베트남어 말하기 대회에서 상을 탈 수 있었습니다.

● **dường như** : ～인듯하다

> dường như + 주어 + 술어

Người đàn ông kia cứ nhìn tôi mãi, dường như anh ấy thích tôi thì phải. 저 남자가 나를 계속 쳐다보는 걸 보니, 날 좋아하는 것 같아.

Dường như giám đốc vừa mới tan sở thì phải. 사장님은 방금 막 퇴근하신 것 같아요.

● **theo** : ～에 따라서

> Theo + 주어 + 술어

Đi theo con đường này bạn sẽ thấy bưu điện mà mình đang tìm.
이 길을 따라서 가면 찾으시는 우체국이 나옵니다.

Theo ý kiến của anh ấy sử dụng mạng xã hội là lãng phí thời gian.
그 남자 의견에 따르면 SNS를 사용하는 것은 시간 낭비라고 생각합니다.

Trong thời gian gần đây, một số mạng xã hội như: Facebook, Instagram đang rất được ưa chuộng trên toàn thế giới. Trên mạng xã hội, tôi và bạn bè, người thân cũng có thể gặp gỡ, cùng nhau thảo luận về những sở thích tương đồng. Thông qua SNS, những người bạn lâu năm vẫn có thể trò chuyện, hỏi han nhau dù không gặp mặt trực tiếp. Trong xã hội hiện đại, tôi nghĩ rằng SNS là một trong những phương tiện thông tin không thể thiếu. Ngoài ra trong thời gian gần đây, thông qua các ứng dụng di động, chúng ta còn có thể trao đổi ngôn ngữ. Vì vậy, nhờ SNS tôi có thể gặp gỡ và trò chuyện với các bạn Việt Nam nên cảm thấy rất hào hứng.

요즘에는 전 세계적으로 인스타그램, 페이스북과 같은 소셜 네트워크가 굉장히 열풍입니다. 저 역시 소셜 네트워크로 주변인들과 같은 취미를 가진 인터넷상의 인맥 친구들과 매일 만나고 있습니다. 매일 보지 못해도 SNS를 통해서 만날 수 있으며, 오래된 친구들의 안부를 알 수 있습니다. SNS는 현대 사회에 없어선 안 되는 중요한 통신 수단 중 하나라고 생각합니다. 또한, 요즘 다양한 앱을 통해 언어 교류도 할 수 있습니다. 그래서 SNS를 통해서 베트남 친구도 사귀고 베트남어로 이야기할 수 있어서 너무 좋습니다.

새단어 ◀━━━━━━

- bạn bè 친구들
- cảm thấy 느끼다
- di động 움직이기 쉬운, 이동하는
- dù ~임에도 불구하고
- gần đây 최근에
- gặp gỡ 우연히 만나다
- gặp mặt 대면하다
- hiện đại 현대의
- hào hứng 흥겨운

- hỏi han 질문하다
- lâu năm 오래된
- mạng xã hội 소셜 네트워크(SNS)
- nhờ ~덕분에
- phương tiện thông tin 통신수단
- thông qua 지나가다, 통과하다
- thảo luận 토의하다, 상의하다
- toàn thế giới 전 세계

- trao đổi 교류하다
- trò chuyện 대화하다, 담소하다
- trực tiếp 직접
- tương đồng 서로 같은
- vì vậy 그래서
- ưa chuộng 좋아하다, 선호하다
- ứng dụng 응용하다

만들어 보세요! 나에게 맞는 스토리로 만들어 외워 보세요.

Trong thời gian gần đây, một số mạng xã hội như: Facebook, Instagram đang rất được ưa chuộng trên toàn thế giới. Trên mạng xã hội, tôi và bạn bè, người thân cũng có thể gặp gỡ, cùng nhau thảo luận về những sở thích tương đồng. Thông qua ① (SNS 종류), những người bạn lâu năm vẫn có thể trò chuyện, hỏi han nhau dù không gặp mặt trực tiếp. Trong xã hội hiện đại, tôi nghĩ rằng ① (SNS 종류) là một trong những phương tiện thông tin không thể thiếu. Ngoài ra trong thời gian gần đây, thông qua các ứng dụng di động, chúng ta còn có thể trao đổi ngôn ngữ. Vì vậy, ② _____ (SNS의 장점) _____.

요즘에는 전 세계적으로 인스타그램, 페이스북과 같은 소셜 네트워크가 굉장히 열풍입니다. 저 역시 소셜 네트워크로 주변인들과 같은 취미를 가진 인터넷상의 인맥 친구들과 매일 만나고 있습니다. 매일 보지 못해도 ① ____ 를 통해서 만날 수 있으며, 오래된 친구들의 안부를 알 수 있습니다. ① ____ 는 현대 사회에 없어선 안되는 중요한 통신 수단 중 하나라고 생각합니다. 또한, 요즘 다양한 앱을 통해 언어 교류도 할 수 있습니다. 그래서 ② _____.

패턴별 다른 표현들 | 나에게 맞는 표현을 찾아 위의 문장에 대입시켜 보세요.

① **SNS 종류**	헬로톡 : 베트남어와 한국어 언어교류 앱	HelloTalk
	자로 : 카카오톡과 비슷한 베트남 현지 앱	Zalo
② **SNS의 장점**	친구들과 함께 찍은 사진을 SNS에 공유하고 모두가 함께 볼 수 있다 công khai những bức ảnh chụp với bạn bè lên mạng xã hội và mọi người đều có thể xem được	
	추억을 다양한 친구들과 공유할 수 있다 có thể chia sẻ những kỷ niệm với bạn bè	
	한국에서는 알지 못하는 현지 문화를 SNS를 통해서 알 수 있다 thông qua SNS thì có thể hiểu thêm về những điều chưa được biết ở Hàn Quốc	

* 〈부록〉 기초 단어를 활용해 다양한 표현을 만들어 보세요.

1. Nếu thông qua mạng xã hội có thể học được tiếng Việt thì bạn có sử
dụng không? SNS를 통해 베트남어를 학습할 수 있다면 하시겠습니까?

① 네. SNS를 통한 베트남어 학습은 더 저렴하기 때문에 이용할 것입니다.

Có ạ. Thông qua mạng xã hội việc học tiếng Việt sẽ tiết kiệm hơn nên tôi sẽ sử
dụng.

② 시간과 돈이 많다면 학원을 선택할 것이고 시간이 없다면 SNS를 통한 베트남어 학습을 할 것입니다.

Nếu có nhiều thời gian và học phí tôi sẽ chọn học ở trung tâm. Nhưng nếu
không có thời gian tôi sẽ học thông qua mạng xã hội.

2. Bạn thấy kết bạn trên SNS như thế nào?
당신은 SNS에서 친구를 사귀는 것에 대해서 어떻게 생각합니까?

① 저는 매우 좋다고 생각합니다. 왜냐하면 앱을 통해 베트남 친구를 사귀면 회화 능력을 더욱 발전시킬
수 있습니다.

Tôi thấy rất tốt. Vì thông qua mạng xã hội kết bạn với người Việt Nam thì có
thể phát triển năng lực hội thoại.

② 앱을 통해 베트남 친구를 사귈 수 있기 때문에 언어교환을 할 수 있어서 좋습니다.

Thông qua các ứng dụng có thể kết bạn với người Việt Nam nên có thể trao
đổi ngôn ngữ.

3. Ưu điểm của SNS là gì? SNS의 장점은 무엇입니까?

① 최근 만나지 못했던 친구들의 소식을 들을 수 있습니다.

Có thể biết thêm về tin tức của những người bạn lâu ngày không gặp mặt.

② 세계 다양한 친구들과 소통할 수 있습니다.

Có thể giao lưu trò chuyện với bạn bè khắp mọi nơi trên thế giới.

4. Bạn đã từng làm quen với bạn mới thông qua mạng xã hội chưa?
SNS를 통해 새로운 친구를 사귀어 본 적 있나요?

① 네. SNS를 통해서 친구들을 만들 수 있다고 생각합니다.

Có ạ. Tôi nghĩ rằng thông qua mạng xã hội có thể gặp được những người bạn.

② 아직 없습니다. 기회가 되면 사귀어보고 싶습니다.

Tôi vẫn chưa. Nếu có cơ hội tôi cũng muốn thử kết bạn.

5. Chủ yếu bạn thường đăng gì lên trang mạng cá nhân?
자신의 SNS에 주로 무엇을 올리나요?

① 저는 주로 그날 먹은 음식 사진을 올립니다.

Chủ yếu tôi đăng ảnh các món mà mình đã ăn hôm đó.

② 저는 주로 친구를 만나거나 특별한 날에 사진을 올립니다.

Tôi thường đăng ảnh chụp với bạn bè hoặc khi có việc gì đó đặc biệt.

6. Bạn có nghĩ rằng việc công khai thông tin cá nhân trên mạng xã hội
là điều tốt không? SNS를 통해 자신을 알리는 것이 좋다고 생각하나요?

① 네, 저는 좋은 방법이라고 생각합니다. 왜냐하면 요즘 소셜 네트워크는 누구나 다 하는 통신 수단이기
때문입니다.

Vâng, tôi nghĩ đó là một cách làm tốt. Bởi vì gần đây mạng xã hội là kênh mà
ai cũng có thể kết nối được với nhau.

② SNS는 개인 공간이기 때문에 광고하는 건 좋지 않다고 생각합니다.

Tôi nghĩ mạng xã hội là không gian cá nhân nên việc quảng cáo là không tốt.

Trong xã hội hiện đại mạng xã hội là một trong những phương tiện thông tin không thể thiếu. Tuy nhiên tôi nghĩ rằng, mạng xã hội không đảm bảo được quyền riêng tư và tác động mạnh đến cuộc sống sinh hoạt của con người. Khi đi làm, đi học, tan sở, trên tàu điện ngầm, trên xe buýt, tất cả mọi người đều tập trung vào điện thoại. Dường như mọi người đang quá mải mê vào điện thoại mà bỏ quên mất những điều quan trọng trong cuộc sống. Vậy nên theo ý kiến cá nhân của tôi, chúng ta đang lãng phí thời gian vào việc sử dụng mạng xã hội. Ngoài ra, thời gian gần đây, so với việc chia sẻ thông tin cá nhân thì quảng cáo xuất hiện rất nhiều nên khá bất tiện.

현대사회에서 SNS는 굉장히 중요한 통신 수단 중 하나입니다. 하지만 제 생각에는 비밀 보장이 안 되고, 사생활 침해를 너무 많이 받는 것 같습니다. 출근할 때, 등교할 때, 퇴근할 때 등 지하철이나 버스를 타면 사람들이 온통 핸드폰을 보고 있습니다. 각자의 일이 있겠지만 너무 인터넷에 빠져서 현실에서 진짜 중요한 것들을 놓치고 있는 것 같습니다. 그래서 저는 개인적으로 SNS는 시간 낭비라는 생각이 듭니다. 그리고 요즘 SNS는 개인적인 정보 공유보다도 광고가 너무 많아서 보기가 싫습니다.

---

* một trong những : ~들 중 하나이다

Đó là một trong những nhược điểm của anh ấy.
그것은 그의 단점들 중 하나이다.

새단어

- bỏ quên 놓치다
- chia sẻ 공유하다, 나누다
- cuộc sống sinh hoạt 일상생활
- cá nhân 개인
- lãng phí 낭비하다
- mạnh 강하다, 세게, 센
- mải mê 골몰하다

- nghĩ rằng 내 생각에
- quan trọng 중요한
- quyền riêng tư 사생활
- quá 매우, 몹시
- quảng cáo 광고
- so với 비교하다
- tan sở 퇴근하다

- theo ~에 따른
- tàu điện ngầm 지하철
- tác động 작동하다, 영향을 끼치다
- xuất hiện 나타나다, 출현하다
- ý kiến 의견
- đảm bảo 보호하다

Trong xã hội hiện đại mạng xã hội là một trong những phương tiện thông tin không thể thiếu. Tuy nhiên tôi nghĩ rằng, ①

(SNS의 단점)

. Khi đi làm, đi học, tan sở, trên tàu điện ngầm, trên xe buýt, tất cả mọi người đều tập trung vào điện thoại. Dường như mọi người đang quá mải mê vào điện thoại mà bỏ quên mất những điều quan trọng trong cuộc sống. Vậy nên theo ý kiến cá nhân của tôi, chúng ta đang lãng phí thời gian vào việc sử dụng mạng xã hội. Ngoài ra, thời gian gần đây, so với việc chia sẻ thông tin cá nhân thì quảng cáo xuất hiện rất nhiều nên khá bất tiện.

현대사회에서 SNS는 굉장히 중요한 통신 수단 중 하나입니다. 하지만 제 생각에는 ①

. 출근할 때, 등교할 때, 퇴근할 때 등 지하철이나 버스를 타면 사람들이 온통 핸드폰을 보고 있습니다. 각자의 일이 있겠지만 너무 인터넷에 빠져서 현실에서 진짜 중요한 것들을 놓치고 있는 것 같습니다. 그래서 저는 개인적으로 SNS는 시간 낭비라는 생각이 듭니다. 그리고 요즘 SNS는 개인적인 정보 공유보다도 광고가 너무 많아서 보기가 싫습니다.

①	SNS만 하느라 다른 활동을 못할 때도 있습니다
	chỉ dùng mạng xã hội thì sẽ có những hoạt động khác không làm được
SNS의 단점	SNS를 이용하면 댓글 및 악플을 신경쓰게 됩니다
	người dùng mạng xã hội phải bận tâm đến bình luận hay những bình luận ác ý
	SNS를 이용하면 알고 싶지 않은 내용들을 확인해야 할 때가 있습니다
	người dùng mạng xã hội phải xác nhận những thông tin mình không muốn biết

＊ 〈부록〉 기초 단어를 활용해 다양한 표현을 만들어 보세요.

1. Bạn chủ yếu sử dụng mạng xã hội nào? SNS 중 어떤 것을 주로 이용하십니까?

① 저는 지인들과 소통할 수 있는 앱만 사용합니다.

Tôi và những người xung quanh chủ yếu chỉ sử dụng ứng dụng trên điện thoại di động thôi ạ.

② 저는 SNS를 전혀 하지 않습니다.

Tôi ít khi dùng mạng xã hội.

2. Bạn nghĩ gì về mạng xã hội? 당신은 SNS에 대해 어떻게 생각하십니까?

① 저는 개인적으로 부정적인 생각입니다. SNS는 시간 낭비입니다.

Theo ý kiến cá nhân, tôi nghĩ rằng mạng xã hội ảnh hưởng tiêu cực. Sử dụng mạng xã hội rất lãng phí thời gian.

② 저는 귀찮아서 SNS를 하지 않습니다.

Tôi thấy mạng xã hội khá phiền phức nên không sử dụng.

3. Bạn không có ý định sử dụng mạng xã hội sao? SNS를 해보실 의향은 없으신가요?

① 네. 저는 현실에서의 삶이 더 중요하고 바쁩니다.

Vâng ạ. Cuộc sống hiện tại của tôi quan trọng hơn và tôi cũng khá bận.

② 나중에 기회가 되면 해보고 싶습니다.

Sau này nếu có cơ hội thì tôi sẽ dùng ạ.

4. Bạn có muốn gợi ý cho mọi người khác sử dụng mạng xã hội không?
제게 SNS를 추천하십니까?

① 네. 살면서 한 번쯤은 해보면 좋을 것 같습니다.

Có ạ. Tôi nghĩ trong cuộc sống nếu sử dụng một vài lần cũng tốt ạ.

② 아니요, 저는 개인적으로 추천하지 않습니다.

Không, theo ý kiến cá nhân tôi không khuyên mọi người sử dụng mạng xã hội ạ.

5. Bạn có tin vào những lời quảng cáo trên mạng xã hội không?

SNS에 게시된 광고 글을 믿나요?

① 아니요. 저는 믿지 않습니다.

Không. Tôi không tin

② 저는 50% 정도만 믿습니다.

Tôi tin khoảng 50%(năm mươi phần trăm).

6. Bạn đã từng mua hàng thông qua quảng cáo trên mạng xã hội chưa?

SNS에 게시된 광고로 인해 물건을 구매해본 적 있나요?

① 네, 있습니다. 하지만 광고만큼 좋지는 않았습니다.

Vâng, tôi đã từng. Tuy nhiên so với quảng cáo thì đồ không tốt tới mức đó

② 아니요. 저는 한 번도 물건을 구매해 본 적이 없습니다.

Tôi chưa. Tôi chưa từng mua dù chỉ một lần.

7. Bạn nghĩ gì về việc kết bạn thông qua mạng xã hội?

SNS로 친구를 사귀는 것에 대해 어떻게 생각하나요?

① 괜찮다고 생각합니다. 하지만 잘 알아봐야 할 것 같습니다.

Tôi nghĩ chuyện đó không có vấn đề gì. Tuy nhiên phải tìm hiểu thật kỹ.

② 저는 개인적으로 부정적인 생각입니다. 왜냐하면 조금 위험한 것 같습니다.

Cá nhân tôi suy nghĩ điều đó theo hướng tiêu cực. Bởi vì tôi nghĩ việc đó khá nguy hiểm.

8. Lý do gì khiến bạn nghĩ việc đó là nguy hiểm? 위험하다고 생각하는 이유는 무엇인가요?

① 잘 모르는 사람이기 때문에 나의 자세한 얘기를 하기 어렵습니다.

Tôi nghĩ thật khó để nói chuyện thân mật với người mà mình không biết rõ.

② 잘 모르는 사람이기 때문입니다.

Vì đó là người mà mình không hiểu rõ.

학습 더하기⁺

● 핵심 표현 익히기

(1) 베트남어 공부를 인터넷 강의로 하는 경우

Vì việc học thông qua internet khá dễ dàng và tiết kiệm hơn so với
học ở trung tâm nên tôi đã học thông qua internet.
인터넷으로 공부하는 것이 접하기도 쉽고 학원보다 저렴하기 때문에 인터넷으로 공부했습니다.

Nếu học thông qua internet thì không dễ để sửa thanh dấu và phát
âm. 인터넷으로 공부하게 되면 성조와 발음을 고치기가 쉽지 않습니다.

Vì dễ mất tập trung nên kết quả không thể hoàn thành được.
집중도가 떨어졌기 때문에 결국 끝마치지 못했습니다.

(2) SNS로 외국어 공부를 활용하는 경우

Có khá nhiều quảng cáo về việc học ngoại ngữ trên mạng xã hội
nên có thể dễ dàng tiếp cận với việc học ngoại ngữ.
SNS를 통한 외국어 공부에 대한 광고가 많기 때문에 쉽게 외국어 공부를 접할 수 있습니다.

Thông qua điện thoại thông minh có thể tận dụng thời gian rảnh
rỗi để học.
스마트폰을 통해 공부할 수 있기 때문에 자투리 시간을 활용하여 공부할 수 있었습니다.

Các câu hỏi về những điều chưa biết không thể nhận được câu trả
lời một cách nhanh chóng.
모르는 것에 대한 질문과 대답을 빠르게 얻지 못했습니다.

Việc phát âm và thanh dấu không thể sửa được nên cuối cùng đã
lựa chọn học ở trung tâm.
발음과 성조를 고쳐줄 수 없었기 때문에 결국 학원을 선택하게 되었습니다.

주제에 관한 다양하고 유용한 표현들입니다. 자신에게 맞는 문장을 체크하고 재미있는 스토리를 만들어보세요. 어떤 질문에도 당황하지 않고 나만의 표현력은 물론, 논리력에도 자신감이 생깁니다.

☐ 저는 SNS를 즐겨 합니다.

Em thường dùng SNS.

☐ 저는 블로그를 이용합니다.

Em dùng blog.

☐ 블로그에는 유용한 정보가 많습니다.

Ở blog có nhiều thông thi có ích.

☐ 저는 SNS를 좋아하지 않습니다.

Em không thích SNS.

☐ 제 친구도 제 의견에 동의합니다.

Bạn em cũng đồng ý với ý kiến của em.

☐ 제 생각에 SNS는 시간 낭비라고 생각합니다.

Em thấy dùng SNS là lãng phí thời gian.

☐ 저는 SNS를 통해 외국인들과 교류합니다.

Em đã giao tiếp với những người nước ngoài trên SNS.

☐ 저는 오래된 친구들과 연락할 수 있어서 인스타그램에 고맙기까지 합니다.

Vì có thể liên lạc với những người bạn lâu năm nên em rất cảm ơn đến instagram.

☐ 저는 개인 정보를 공개하고 싶지 않은데 만약 SNS를 하면 강제 공개가 됩니다.

Em không muốn công khai thông tin cá nhân mà nếu dùng SNS thì phải bắt buộc công khai.

☐ 나중에도 저는 SNS를 할 생각이 전혀 없습니다.

Sau này cũng em không bao giờ dùng SNS.

: Intermediate High

11~15과

다양한 문형과 어휘 사용이 가능하며, 원어민과 비교적 오랜 시간 대화가 가능한
수준입니다. 일반적인 업무 커뮤니케이션에 무리 없이 대응할 수 있습니다.

Quan hệ của Hàn Quốc và Việt Nam là như thế nào?

한국과 베트남의 관계는 어떤가요?

한국과 베트남의 관계를 이해하고, 서로에게 미치는 영향과 앞으로의 관계 발전에 대한 의견을 준비해 보세요.

핵심 패턴

- quan tâm đến : ～에 관심을 가지다
- cuối cùng : 마지막으로
- do : ～때문에
- trở nên : ～이 되다

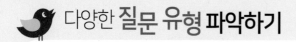

다양한 **질문 유형** 파악하기

"한국과 베트남의 관계"에 관한 다양한 질문 유형입니다. 🎧 **15-1**

- **Hãy so sánh Hàn Quốc và Việt Nam.** 한국과 베트남에 대해 비교해 보세요.

- **Bạn biết những gì về Việt Nam?** 당신은 베트남에 대해 무엇을 알고 있나요?

"한국과 베트남의 관계"에 관한 다른 표현의 질문들입니다. 🎧 **15-2**

① **Bạn biết gì về Việt Nam?** 당신은 베트남에 대해 무엇을 알고 있나요?

➜ Tôi biết khá rõ về thủ đô, những địa điểm du lịch và văn hóa ẩm thực đa dạng của Việt Nam. 저는 베트남의 수도, 다양한 여행지, 맛있는 음식문화들을 잘 알고 있습니다.

② **Bạn nghĩ gì về Việt Nam?** 당신은 베트남에 대해서 어떻게 생각하십니까?

➜ Tôi nghĩ rằng Việt Nam và Hàn Quốc đều từng trải qua những cuộc chiến tranh đau thương trong quá khứ nên có thể hiểu và đồng cảm với nhau. 베트남과 한국은 전쟁을 겪은 아픈 과거를 가지고 있기 때문에 서로 문화적으로 잘 이해할 수 있는 관계라고 생각됩니다.

③ **Bạn nghĩ điều gì làm nên mối quan hệ tốt đẹp giữa Việt Nam và Hàn Quốc?** 한국과 베트남이 좋은 관계가 될 수 있었던 요인이 무엇이라고 생각하십니까?

➜ Tôi nghĩ đó là sự đa dạng trong văn hóa của hai nước. Thêm vào đó, gần đây, những hoạt động tích cực của huấn luyện viên Park Hang Seo và đội tuyển bóng đá Việt Nam đã góp phần không nhỏ vào sự phát triển mối quan hệ của hai nước. 다양한 문화 콘텐츠입니다. 또한 최근에는 박항서 감독의 활약으로 베트남 축구가 업그레이드된 점 역시 좋은 관계로 발전할 수 있었던 요인이라고 생각합니다.

핵심 패턴 익히기

● **quan tâm đến** : ~에 관심을 가지다

> 주어 + quan tâm đến + 명사

Rất nhiều người Việt Nam quan tâm đến mỹ phẩm Hàn Quốc.
많은 베트남 사람들은 한국 화장품에 관심을 갖고 있습니다.

Vì chuyên ngành của tôi là thương mại nên tôi quan tâm đến những
công ty thương mại. 제 전공은 무역학과이기 때문에 무역회사에 관심을 갖게 되었습니다.

● **cuối cùng** : 마지막으로

> Cuối cùng + 주어 + 술어

Cuối cùng, ưu điểm của tôi là tính cẩn thận. 마지막으로, 저의 장점은 꼼꼼함입니다.
Điểm du lịch cuối cùng của tôi là Nha Trang. 나의 마지막 여행지는 냐짱입니다.

● **do** : ~때문에

> Do + 명사 + 술어

Do ngoại hình mà tôi đã trượt phỏng vấn. 외모 때문에 면접에서 떨어졌어요.
Do sai lầm của bạn mà công việc này đã thất bại.
당신의 실수로 인해 이번 업무를 망쳤어요.

● **trở nên** : ~이 되다

> 주어 + trở nên + 형용사

Sau khi uống thuốc, sức khỏe của ông ấy trở nên tốt hơn.
약을 먹고 난 후, 그의 건강은 좋아지게 되었습니다.

Tôi đã trải qua nhiều việc nên tấm lòng của tôi đã trở nên cứng cáp.
저는 많은 일이 있었기 때문에 저의 마음은 단단해졌습니다.

Lý do khiến Hàn Quốc quan tâm đến Việt Nam khá đa dạng. Thứ nhất, Việt Nam là một đất nước có đa dạng tài nguyên thiên nhiên như dầu mỏ, rau tươi, hoa quả, cà phê, gạo, vân vân. Vậy nên hoạt động giao lưu thương mại của Hàn Quốc và Việt Nam đang rất tích cực. Thứ hai, độ tuổi trung bình của Việt Nam là khoảng 27 tuổi và chi phí nhân công khá thấp nên điều đó cũng là một ưu điểm của Việt Nam. Cuối cùng những chính sách cho người nước ngoài rất ưu việt. Chính vì vậy quan hệ của Việt Nam và Hàn Quốc ngày càng phát triển và tốt đẹp. Gần đây, việc ký kết hiệp định thương mại tự do cũng làm cho giao lưu thương mại giữa hai nước trở nên năng động hơn.

한국이 베트남에 관심을 갖는 이유는 다양합니다. 첫 번째, 베트남은 쌀, 커피, 과일, 채소, 석유 등 다양한 천연자원이 넘쳐나는 나라 중 하나입니다. 그래서 베트남과 한국의 무역 교류 활동이 굉장히 활발합니다. 두 번째, 베트남의 평균 연령은 약 27세로 젊고 저렴한 노동력이 있는데 그 점 역시 베트남의 장점 중 하나입니다. 마지막으로 베트남은 외국인에 대한 정책이 우호적입니다. 그래서 베트남과 한국의 관계는 나날이 좋아지고, 발전 중입니다. 최근에 FTA가 체결되어 두 나라 사이의 무역 교류가 굉장히 활발하게 되었습니다.

* Tích cực : Tích cực은 '적극적이다'로 해석할 수 있습니다. 위 회화문에서는 '활발하다'라고 해석되었습니다. '활발하다'라는 표현은 năng động이라고 할 수 있습니다. 위 회화문에서는 năng động 보다는 tích cực이 훨씬 자연스럽습니다.
* FTA : 자유 무역 협정으로 하나씩 베트남어로 해석할 수 있습니다.

   Hiệp định 협정   Thương mại 무역   Tự do 자유

새단어

□ chi phí nhân công 인건비	□ hoa quả 과일	□ tích cực 적극적이다
□ chính vì vậy 그래서, 그러한 이유로	□ hoạt động 활동	□ tốt đẹp 좋은
□ chính sách 정책	□ khiến 야기하다	□ vậy nên 그래서
□ dầu mỏ 석유	□ ký kết 체결하다	□ đất nước 땅, 나라
□ giao lưu 교류하다	□ năng động 활동적이다	□ độ tuổi trung bình 평균 연령
□ giữa 사이에	□ quan hệ 관계	□ ưu việt 우호적이다
□ gạo 쌀	□ tài nguyên thiên nhiên 천연자원	

만들어 보세요! 나에게 맞는 스토리로 만들어 외워 보세요.

Lý do khiến Hàn Quốc quan tâm đến Việt Nam khá đa dạng. Thứ nhất,

① _____ (한국이 베트남에 관심을 갖는 이유) _____

_____

_____. Thứ hai, ①

_____ (한국이 베트남에 관심을 갖는 이유) _____

_____. Cuối cùng

① _____ (한국이 베트남에 관심을 갖는 이유) _____. Chính vì vậy quan

hệ của Việt Nam và Hàn Quốc ngày càng phát triển và tốt đẹp. Gần đây, việc ký kết hiệp định thương mại tự do cũng làm cho giao lưu thương mại giữa hai nước trở nên năng động hơn.

한국이 베트남에 관심을 갖는 이유는 다양합니다. 첫 번째, ① _____

_____

_____. 두 번째, ① _____

_____. 마지막으로 ① _____. 그래서 베트남과 한국의 관계는

나날이 좋아지고, 발전 중입니다. 최근에 FTA가 체결되어 두 나라 사이의 무역 교류가 굉장히 활발하게 되

었습니다.

패턴별 다른 표현들 나에게 맞는 표현을 찾아 위의 문장에 대입시켜 보세요.

①	다른 동남아 국가들에 비해 정치적으로 안정되어있습니다.
	so với các nước Đông Nam Á khác thì (Việt Nam) có một nền chính trị ổn định
	베트남은 산업이 급속하게 성장하고 있습니다. 특히 부동산, 제조업이 크게 발전 중입니다
한국이 베트남에 관심을 갖는 이유	Việt Nam là đất nước có nền kinh tế tăng trưởng vượt trội. Đặc biệt, bất động sản và ngành công nghiệp sản xuất là những lĩnh vực đang phát triển mạnh mẽ
	증가하고 있는 중산층과 소비 경제 시스템 덕분에 한국의 많은 기업들이 베트남에 관심을 가지고 있습니다
	nhờ sự tăng trưởng của tầng lớp trung lưu và hệ thống kinh tế tiêu dùng mà ngày càng nhiều các doanh nghiệp Hàn Quốc quan tâm đến Việt Nam

* 〈부록〉 기초 단어를 활용해 다양한 표현을 만들어 보세요.

1. Lý do mà Hàn Quốc quan tâm đến Việt Nam là gì?
한국이 베트남에 관심을 갖는 이유가 무엇입니까?

① 베트남은 지역별로 천연자원이 매우 풍부합니다.
Việt Nam rất phong phú về tài nguyên thiên nhiên.

② 베트남의 저렴한 인건비와 젊은 노동력이 큰 장점입니다.
Chi phí lao động thấp và lực lượng lao động trẻ là những lợi thế lớn của Việt Nam.

2. Quan hệ của Hàn Quốc và Việt Nam như thế nào?
한국과 베트남의 관계는 어떠합니까?

① 최근 들어 두 나라의 관계는 굉장히 우호적입니다.
Thời gian gần đây quan hệ của hai nước vô cùng tốt đẹp.

② 나날이 발전하고 서로 교류하고 있습니다.
Càng ngày càng phát triển và giao lưu mạnh mẽ.

3. Bạn nghĩ Việt Nam có gì nổi tiếng?
베트남은 무엇이 유명하다고 생각합니까?

① 베트남은 커피, 쌀과 같은 넘쳐나는 천연자원이 가장 유명한 것 같습니다.
Tôi nghĩ Việt Nam nổi tiếng nhất với nguồn tài nguyên dồi dào như cà phê, gạo.

② 베트남 하면 아오자이 같은 전통의복과 쌀국수와 같은 전통 음식이 떠오릅니다.
Nói đến Việt Nam là nghĩ đến các trang phục truyền thống như áo dài hay các món ăn truyền thống như phở.

4. **Bạn có muốn làm việc ở Việt Nam không?** 당신은 베트남에서 일을 하고 싶나요?

① 네. 기회가 되면 꼭 일해보고 싶습니다.

Dạ có. Nếu có cơ hội tôi nhất định sẽ làm việc ở Việt Nam.

② 2~3년 주재원으로 일하는 것은 좋지만 평생 살기는 다소 어려울 것 같습니다.

Nếu được làm nhân viên thường trú tại Việt Nam tầm 2, 3 năm thì rất tốt
nhưng nếu sống cả đời thì chắc hơi khó.

5. **Hàn Quốc và Việt Nam đang có một mối quan hệ ngoại giao rất thân
thiết. Bạn nghĩ đâu là lý do làm nên điều này?**

한국과 베트남의 교역 관계는 굉장히 친밀합니다. 당신이 생각했을 때 한국과 베트남의 관계가 우호적인 이유가 무엇이라고
생각하나요?

① 최근 FTA도 체결되고, 두 나라의 정상(대통령/주석)이 자주 만남을 갖고 중요한 정책들을 논의하기
때문입니다.

Tôi nghĩ lý do là bởi thời gian gần đây hai nước đã ký hiệp định thương mại tự
do FTA và lãnh đạo cấp cao của hai nước đã gặp gỡ và thảo luận về những nội
dung quan trọng.

② 서로의 문화를 존중하고 좋아함으로써 두 나라의 관계가 우호적이며 점점 발전하는 것 같습니다.

Tôi nghĩ lý do là bởi cả hai nước đều tôn trọng và yêu mến văn hóa của nhau
nên mối quan hệ ngày càng phát triển tốt đẹp.

6. **Ở Hàn Quốc có chính sách nào liên quan đến Việt Nam không?**

한국에 베트남 관련 정책 사업이 있나요?

① 네. 신남방정책이 있습니다.

Dạ có. Đó là "chính sách hướng Nam mới".

② 사실 저는 자세한 정책사업까지는 잘 모르겠습니다.

Thực ra cụ thể về các chính sách thì tôi không rõ lắm.

* 신남방정책? : '신남방정책'이란 아세안 국가들 즉, 베트남, 인도네시아 등의 국가들의 경제, 안보 등을 협력하는 정책이며,
북한과 외교 관계를 맺고 있는 아세안 국가들과 우호적인 관계를 맺음으로써 안보적인 측면에서 안정을 꾀하려는 정책

Tôi nghe nói làn sóng Hallyu đang rất được quan tâm tại Việt Nam. Dạo này nhiều người Việt Nam rất quan tâm đến âm nhạc, truyền hình, điện ảnh của Hàn Quốc. Và nghe nói, nhiều người VN rất thích thời trang và cách trang điểm của nghệ sĩ nổi tiếng Hàn Quốc. Thêm nữa, gần đây huấn luyện viên Park Hang Seo và đội tuyển bóng đá quốc gia Việt Nam đang hoạt động rất tích cực và rất nổi tiếng tại Việt Nam. Trong quá khứ, Hàn Quốc và Việt Nam đã có những nỗi đau do chiến tranh gây ra. Tuy nhiên thời gian gần đây, hai nước đã hiểu nhau nhiều hơn và cùng nhau hợp tác phát triển.

베트남에서 한류열풍이 불고 있다고 들었습니다. 요즘 베트남인들은 한국의 영화, 드라마, 음악 등을 굉장히 좋아한다고 합니다. 그리고 한국 유명 연예인의 패션, 메이크업을 굉장히 좋아한다고 합니다. 또한 최근에는 박항서 감독의 활약으로 베트남 축구가 굉장히 유명해졌습니다. 과거에는 한국과 베트남은 전쟁으로 인하여 아픈 상처가 있습니다. 하지만 최근 들어 두 나라는 서로 이해하고 교류합니다.

---

* điện ảnh은 '영화'라는 뜻입니다. 일반적으로 알고 있는 phim 역시 영화입니다. '영화를 보러 가다, 영화를 보고 싶다' 등의 표현은 일반적으로 xem phim을 그대로 사용하면 됩니다. 하지만 영화에 대한 설명, 영화배우 등을 설명할 땐 điện ảnh이라는 표현을 사용합니다.

* thêm nữa는 hơn nữa와 비슷하게 사용할 수 있습니다. 해석은 '더, 또' 등으로 해석 가능합니다.

새단어

□ chiến tranh 전쟁	□ nghệ sĩ 연예인	□ truyền hình 드라마
□ cùng nhau 함께	□ nỗi đau 아픔	□ tuy nhiên 그러나, 그렇지만
□ dạo này 요즘	□ phát triển 발전하다	□ tại ~에
□ gây ra ~을 일으키다	□ thêm nữa 또한	□ âm nhạc 음악
□ hiểu nhau 서로 이해하다	□ thời trang 유행하다	□ điện ảnh 영화
□ huấn luyện viên 감독	□ trang điểm 화장하다	□ đội tuyển bóng đá quốc gia 축구 국가대표팀
□ làn sóng hallyu 한류열풍	□ trong quá khứ 과거에는	

Tôi nghe nói làn sóng Hallyu đang rất được quan tâm tại Việt Nam.

① (베트남이 한국을 좋아하는 이유)

베트남에서 한류열풍이 불고 있다고 들었습니다. ①

패턴별 다른 표현들 | 나에게 맞는 표현을 찾아 위의 문장에 대입시켜 보세요.

①	베트남인들은 한국인들을 굉장히 좋아합니다. Người Việt Nam rất quý mến người Hàn Quốc. 한국어에 관심을 갖고 열심히 공부하는 학생들이 점점 늘어납니다. Ngày càng nhiều các bạn sinh viên quan tâm và học tiếng Hàn Quốc. 한국의 기업 단체, 학교 등에서 베트남으로 봉사활동을 자주 가기 때문에 한국에 대한 인식이 좋습니다. Các đoàn thể công ty, trường học của Hàn Quốc thường xuyên có những hoạt động tình nguyện ở Việt Nam nên người Việt có cái nhìn thiện cảm về Hàn Quốc.
베트남이 한국을 좋아하는 이유	

※ 〈부록〉 기초 단어를 활용해 다양한 표현을 만들어 보세요.

1. Bạn có xem bóng đá của Việt Nam không?
베트남 축구를 보셨습니까?

① 당연합니다. 박항서 감독과 베트남 축구선수들의 활약이 대단했습니다.

Tất nhiên là có ạ. Huấn luyện viên Park Hang Seo và các cầu thủ Việt Nam đã chơi rất xuất sắc ạ.

② 네. 베트남 축구는 전 세계인을 놀라게 했습니다.

Có ạ. Bóng đá Việt Nam đã khiến cả thế giới phải ngạc nhiên.

2. Người Việt Nam có ấn tượng rất tốt về Hàn Quốc. Bạn có biết lý do là gì không? 베트남 사람들이 한국에 대한 이미지가 좋습니다. 그 이유가 무엇인지 아시나요?

① 제 생각으로는 한국의 콘텐츠들을 재미있게 보는 것 같습니다.

Tôi nghĩ rằng lý do là bởi các sản phẩm văn hóa của Hàn Quốc khá thú vị ạ.

② 베트남인들은 한국의 홍삼, 인삼 등을 좋아한다고 들었습니다. 한국의 음식, 한국의 문화를 좋아하는 것 같습니다.

Tôi nghe nói người Việt rất ưa chuộng hồng sâm, nhân sâm của Hàn Quốc. Có thể người Việt Nam yêu thích ẩm thực và văn hóa Hàn Quốc.

3. Người Hàn Quốc nghĩ gì về người Việt Nam?
한국인들은 베트남 사람들을 어떻게 생각합니까?

① 베트남인들은 매우 열정적이고 쾌활한 성격입니다.

Người Việt Nam rất nhiệt tình và sôi nổi.

② 순수하고 솔직합니다. 그래서 한국인들이 베트남인들을 굉장히 좋아합니다.

Rất trong sáng và chân thành. Chính vì vậy người Hàn Quốc rất quý mến người Việt Nam.

4. Điểm khác biệt lớn nhất giữa người Hàn Quốc và người Việt Nam là
   gì? 한국인들과 베트남인들의 큰 차이점이 있습니까?

   ① 한국 사람들은 약간 급한 성격을 가지고 있습니다.

   Tính cách của người Hàn Quốc thường rất gấp gáp.

   ② 베트남 사람들은 느긋한 성격입니다.

   Người Việt Nam khá chậm rãi.

5. Bạn nghĩ lý do gì khiến phim Hàn Quốc nổi tiếng ở Việt Nam?
   베트남에서 한국 드라마가 인기 있는 이유는 무엇이라고 생각합니까?

   ① 베트남 사람들은 한국 연예인들의 패션을 좋아하는 것 같습니다. 그래서 더욱 인기가 있다고 생각합
   니다.

   Tôi nghĩ có lẽ vì người Việt Nam thích phong cách thời trang của các nghệ sĩ
   Hàn Quốc. Chính vì thế phim Hàn Quốc càng ngày càng được yêu mến.

   ② 한국의 촬영장소, 배우들의 연기, 패션 등을 좋아하는 것 같습니다.

   Tôi nghĩ có lẽ vì họ thích phim trường, khả năng diễn xuất của diễn viên hay
   phong cách thời trang của họ.

6. Bạn nghĩ lý do gì khiến K-Pop nổi tiếng ở Việt Nam?
   베트남에서 K-Pop이 인기 있는 이유는 무엇이라고 생각합니까?

   ① 아이돌의 영향인 것 같습니다. 아이돌들의 춤이나 노래를 따라하고 좋아합니다.

   Tôi nghĩ có lẽ do sự ảnh hưởng của các nhóm nhạc thần tượng. Họ rất thích
   nhảy và hát theo những nhóm nhạc thần tượng.

   ② 베트남도 문화가 많이 발달되어 있는 나라입니다. 한국의 노래 중 멜로디나 가사를 좋아하는 것 같습
   니다.

   Việt Nam là một đất nước rất tiến bộ về văn hóa. Có lẽ họ thích lời ca hoặc
   giai điệu của các bài hát Hàn Quốc.

● 핵심 표현 익히기

(1) 한국이 베트남에 투자하는 이유

Dân số trẻ và chi phí nhân công thấp là một điểm ưu thế.
젊은 층이 주를 이루며 저렴한 노동력이 강점입니다.

Tài nguyên thiên nhiên phong phú nên hoạt động xuất nhập khẩu phát triển. 천연자원이 풍부하기 때문에 많은 수출입이 일어납니다.

So với Hàn Quốc, Việt Nam có diện tích đất rộng hơn nên có thể xây dựng được nhiều nhà máy. 한국보다 토지가 넓기 때문에 많은 공장을 세울 수 있습니다.

(2) 베트남이 한국에 관심을 갖는 이유

Các bạn trẻ yêu mến Kpop và phim truyền hình Hàn Quốc.
젊은이들이 K-Pop과 한국 드라마를 좋아합니다.

Người Việt Nam ưa chuộng thời trang và mỹ phẩm Hàn Quốc.
한국의 패션과 화장품들이 뛰어나 베트남 사람들이 많이 선호합니다.

Nhờ huấn luyện viên Park Hang Seo mà vị trí của Hàn Quốc đã tăng lên.
박항서 축구 감독 덕분에 한국의 위상이 올라갔기 때문입니다.

주제에 관한 다양하고 유용한 표현들입니다. 자신에게 맞는 문장을 체크하고 재미있는 스토리를 만들어보세요. 어떤 질문에도 당황하지 않고 나만의 표현력은 물론, 논리력에도 자신감이 생깁니다.

☐ 한국과 베트남의 관계가 매우 친밀합니다.

Quan hệ của Hàn Quốc và Việt Nam rất gần gũi.

☐ 베트남인은 한국인을 매우 좋아합니다.

Người Việt Nam rất yêu thích người Hàn Quốc.

☐ 게다가 한국인들도 베트남인을 굉장히 좋아합니다.

Ngoài ra người Hàn Quốc cũng rất yêu thích người Việt Nam.

☐ 베트남 축구팀과 박항서 감독님도 한몫했습니다.

Đội bóng đá Việt Nam và huấn luyện viên Park cũng làm tròn bổn phận.

☐ 저도 베트남 축구를 응원했습니다.

Em cũng cổ vũ đội bóng đá Việt Nam.

☐ 베트남은 천연자원이 굉장히 다양합니다.

Tài nguyên thiên nhiên của Việt Nam rất đa dạng.

☐ 최근 한국 대통령도 베트남에 많은 관심을 갖고 있습니다.

Gần đây tổng thống Hàn Quốc cũng rất quan tâm đến Việt Nam.

☐ 저는 베트남을 매우 사랑합니다. 그래서 베트남어도 열심히 공부합니다.

Em rất yêu mến Việt Nam. Chính vì vậy em đang học tiếng Việt rất chăm chỉ.

☐ 듣기로 요새 베트남 젊은 세대들이 한국의 아이돌을 좋아한다고 합니다.

Nghe nói dạo này những người trẻ rất thích nhóm nhạc thần tượng của Hàn Quốc.

☐ 제 생각엔 나날이 두 나라가 더 발전될 거라고 예상합니다.

Em thấy hai nước càng ngày sẽ càng phát triển.

IM-IH

OPIc 활용 가능

OPI 시험을 마치기 전 마지막 코스로 '롤플레이(역할극)'를 진행하게 됩니다. 시험관이 상황을 제시하고 해당 역할을 주면, 그 역할의 인물이 되어 시험관과 함께 '역할극'을 하게 됩니다.

본문에서 학습한 내용을 바탕으로, 주어진 상황에 맞게 IM에서 IH까지 도전해 보세요!

ROLE PLAY
실전 연습 20

1 | Đặt công ty du lịch
여행사 예약하기 : 자유여행

🎧 16-1

당신은 현재 베트남 호찌민에 있습니다. 당신은 베트남 중부지방 쪽으로 자유여행을 원하고 있습니다. 여행사에 전화를 통해 교통 편과 호텔을 예약하는 상황입니다.

🖋 Bây giờ bạn đang ở thành phố Hồ Chí Minh. Bạn muốn đi du lịch đến các tỉnh miền Trung. Đây là tình huống bạn gọi điện thoại đến công ty du lịch và đặt khách sạn, phương tiện di chuyển.

🎤 Xin chào. Đây là công ty du lịch ABC. Tôi có thể giúp gì cho quý khách?

네. ABC 여행사입니다. 무엇을 도와드릴까요?

Me Vâng, xin chào. Tôi đang ở thành phố Hồ Chí Minh và muốn đi du lịch đến các vùng miền Trung. Không biết bên mình có phương tiện di chuyển không ạ?

네, 안녕하세요. 저는 지금 호찌민에 있고 중부 쪽을 여행하고 싶습니다. 잘 몰라서 그러는데 교통 편이 있을까요?

🎤 Xin hỏi quý khách đi du lịch tự do hay đi theo tour ạ?

자유여행이신 건가요 아니면 패키지 투어를 찾으시는 건가요?

Me À, Tôi muốn đi du lịch tự do.

아, 저는 자유여행으로 가고 싶어요.

🖋 Vâng ạ. Không biết quý khách mong muốn đi ngày nào ạ?

네. 혹시 원하시는 날짜가 따로 있으신가요?

Me Vâng, vui lòng xem giúp tôi ngày 5 tháng 12.

네, 12월 5일에 출발하는 걸로 알아봐 주세요.

🖋 Vâng, quý khách vui lòng đợi trong giây lát. Thưa quý khách 2 giờ ngày 5 tháng 12 có một chuyến bay đi về các tỉnh miền Trung ạ. Quý khách có muốn đặt chuyến này không ạ?

네, 잠시만 기다려주세요. 손님 12월 5일 2시에 중부지방으로 출발하는 항공편이 하나 있습니다. 그것으로 예약하시겠어요?

Me Vâng được. À, nếu bên bạn có thể đặt luôn giúp tôi khách sạn thì tốt quá.

네 좋아요. 아, 그리고 호텔도 알아봐 주셨으면 좋겠어요.

Khách sạn gần sân bay có được không ạ? Ở gần đó có một khách sạn 4 sao rất tốt thưa quý khách.

호텔은 공항 주변으로 잡아드릴까요? 근처에 4성급 좋은 호텔이 하나 있어요.

Me Vâng, vậy làm ơn đặt giúp tôi 1 phòng đơn 3 ngày 2 đêm.

네, 그곳으로 싱글룸 2박 3일로 예약해주세요.

Vâng ạ. Quý khách vui lòng cung cấp tên và số điện thoại ạ.

알겠습니다. 예약자분 성함이랑 연락처 남겨주세요.

Me Tôi là Junsu. Số điện thoại là 010-123-4567.

제 이름은 준수입니다. 연락처는 010-123-4567입니다.

Yêu cầu đặt chỗ của quý khách đã hoàn thành ạ. Chúc quý khách có một ngày tốt lành.

예약되셨습니다. 좋은 하루 보내세요.

Me Vâng. Xin cảm ơn.

네. 감사합니다.

Đặt công ty du lịch
여행사 예약하기 : 패키지여행

🎧 16-2

당신은 현재 베트남 하노이에 있습니다. 당신은 하노이에서 다낭으로 가족과 함께 패키지여행을 가고 싶습니다. 여행사 직원에게 패키지여행 시 필요한 사항들을 묻고 예약하세요.

🖊 Bây giờ bạn đang ở Hà Nội. Từ Hà Nội, bạn muốn đi du lịch trọn gói đến Đà Nẵng cùng với gia đình. Hãy hỏi nhân viên công ty du lịch về các tình huống khi đi du lịch trọn gói.

🎤 Vâng, đây là công ty du lịch ABC. Tôi có thể giúp gì cho quý khách?

네, ABC 여행사입니다. 무엇을 도와드릴까요?

Me Xin chào. Tôi định đặt gói du lịch Đà Nẵng 3 ngày 2 đêm, gói mà được quảng cáo trên TV đó.

안녕하세요. TV에서 광고하는 다낭 2박 3일 패키지를 예약하려고 하는데요.

🎤 Vâng, chuyến xuất phát ngày 5 tháng 5 đúng không ạ?

네, 5월 5일에 출발하는 패키지 말씀하시는 건가요?

Me Vâng. 4 người có thể đặt được đúng không ạ.

네. 총 4명인데 예약할 수 있나요?

🎤 Vâng 4 người có thể đặt được ạ. Tôi giúp quý khách đặt nhé.

네 4명 예약 가능합니다. 예약 도와드릴까요?

Me Trước khi đặt tôi có vài điều thắc mắc.

그전에 궁금한게 몇 가지 있습니다.

🎤 Vâng quý khách thắc mắc điều gì ạ?

무엇이 궁금하세요?

Me Nếu khách sạn có sự thay đổi mà không báo trước hay chuyến bay bị hủy thì phải làm thế nào?

지정된 호텔이 말없이 변경 되지 않는지와 항공편이 결항 되면 어떻게 되나요?

🎤 Khách sạn đã có thỏa thuận với công ty chúng tôi nên sẽ không có sự thay đổi. Đồng thời nếu có sự hủy chuyến, chúng tôi sẽ sắp xếp cho quý khách chuyến bay gần nhất của hãng khác ạ.

호텔은 저희 여행사와 협약이 되어 있어 변경이 되지 않습니다. 동시에 만약 결항이 된다면 저희가 가까운 항공사와 빠르게 조치해드리겠습니다.

Me Tôi hiểu rồi. Vậy có chương trình nào đặc biệt cho gia đình không ạ?

잘 알겠습니다. 혹시 가족들과 함께할 수 있는 특별한 프로그램도 있나요?

🎤 Gia đình 4 người sẽ được sử dụng miễn phí spa của khách sạn ạ.

가족 4인 예매 시 해당 호텔의 스파를 무료로 이용하실 수 있습니다.

Me Xin cảm ơn. Vậy bây giờ tôi sẽ đặt. Tên của tôi là Junsu, số điện thoại là 010-123-4567.

감사합니다. 그럼 지금 예약할게요. 제 이름은 준수이고 연락처는 010-123-4567입니다.

🎤 Quý khách đã đăng ký thành công. Mọi tình huống thay đổi chúng tôi sẽ liên hệ ngay lập tức với quý khách. Chúc quý khách một ngày tốt lành.

예약되었습니다. 추후 변동 사항은 유선으로 연락드리겠습니다. 즐거운 하루 보내세요.

Me Vâng, xin cảm ơn.

네, 감사합니다.

3 | Đặt khách sạn
호텔 예약하기 : 체크인

> **상황**
>
> 당신은 가족과 함께 호텔에 왔습니다. 당신이 예약한 숙박 일정은 3박 4일이며, 총 인원은 4명입니다.
>
> 🎤 Bạn và gia đình đã đến khách sạn. Bạn đã đặt phòng 4 ngày 3 đêm cho tổng số 4 người.

🎤 Xin mời vào. Tôi có thể giúp gì cho quý khách?

어서 오세요. 무엇을 도와드릴까요?

🔘 Tôi đã đặt phòng với tên Junsu. Làm ơn kiểm tra giúp tôi.

준수로 예약했는데요. 확인 부탁드려요.

🎤 Quý khách vui lòng đợi một lát ạ. 4 ngày 3 đêm hai phòng đôi đúng không ạ? Quý khách có thể cho xem hộ chiếu người đặt phòng được không ạ?

네 잠시만 기다려주세요. 3박 4일 더블룸 2개 맞으신가요? 예약자분 여권 보여주시겠어요?

🔘 Vâng đúng rồi. Vâng xin đợi một lát. Đây ạ.

네 맞아요. 잠시만요. 여기 있습니다.

🎤 Vâng, tôi đã kiểm tra xong ạ. Đây là thẻ phòng của phòng 101 và phòng 102. Quý khách vui lòng di chuyển bằng thang máy phía bên phải. Quý khách lưu ý bữa sáng sẽ được phục vụ tại nhà hàng tầng 1. Giờ check out là 12 giờ ạ.

네, 확인되셨습니다. 101호와 102호 카드입니다. 오른쪽 편 엘리베이터를 이용하시면 됩니다. 그리고 조식 서비스를 1층 식당에서 이용하실 수 있으니 참고 부탁드립니다. 체크아웃 시간은 12시입니다.

🔘 Vâng. Xin cảm ơn. Không biết các dịch vụ phòng có thể sử dụng không ạ?

네. 감사합니다. 혹시 룸서비스는 가능한가요?

🎤 Vâng, quý khách có thể gọi thông qua điện thoại trong phòng ạ.

네. 방안의 전화기를 통해 바로 이용 가능하십니다.

🔘 Vâng, xin cảm ơn.

네, 감사합니다.

4 | Đặt khách sạn
호텔 예약하기 : 체크아웃

🎧 16-4

일정을 마치고 체크아웃을 합니다. 사업자 영수증(레드빌)을 요청하세요. 계산이 끝난 후 7인승 택시 호출을 부탁하세요.

🎙 Kết thúc lịch trình và bạn sẽ check out. Bạn yêu cầu xuất hóa đơn đỏ.
Sau khi thanh toán hãy nhờ gọi giúp tắc xi 7 chỗ đến khách sạn.

Me Tôi muốn check out ạ. Xin hỏi bao gồm cả các dịch vụ phòng đã sử dụng thì bao nhiêu ạ?

체크아웃 하려고 하는데요. 제가 이용한 룸서비스 포함해서 총 얼마인가요?

🎙 Tiền Việt và tiền đô quý khách muốn thanh toán theo loại tiền nào ạ?

베트남 동과 달러 중 어떤 걸로 지불하시겠어요?

Me Tôi sẽ thanh toán bằng Việt Nam đồng. Có thể xuất hóa đơn đỏ được không?

베트남 동으로 계산할게요. 사업자 영수증도 같이 해주시겠어요?

🎙 Tổng 4 ngày 3 đêm là 5 triệu đồng ạ. Hóa đơn đây ạ. Quý khách có yêu cầu gì thêm không ạ?

총 3박 4일 하셔서 5백만 동입니다. 여기 영수증이요. 다른 필요하신 건 없으신가요?

Me Tôi cần một chiếc tắc xi 7 chỗ để đến sân bay, vui lòng gọi giúp tôi được không?

공항까지 가야 해서 7인승 택시가 필요한데, 가능할까요?

🎙 Tất nhiên là được ạ. Gọi ngay bây giờ đúng không ạ? Tắc xi đã đợi ở cạnh cổng chính khách sạn rồi ạ. Chúc quý khách một ngày tốt lành.

당연히 가능합니다. 바로 불러드릴까요? 택시는 호텔 정문 앞에서 기다리는 중입니다. 즐거운 하루 보내세요.

Me Vâng, xin cảm ơn.

네, 감사합니다.

5 Đăng ký lớp ngoại ngữ
랭귀지스쿨 등록하기 : 매일반

상황

당신은 현재 베트남어 수업 수강을 위해 호찌민 인문사회과학대학교 입학사무처에 있습니다.
평일 주 5일 수업으로 등록하시고 당신의 레벨은 초급입니다.

🖊 Hiện tại bạn đang ở văn phòng trường đại học Khoa Học Xã Hội và Nhân
Văn(ĐH KHXH & NV). Bạn hiện đang ở trình độ sơ cấp và muốn đăng ký
lớp một tuần 5 buổi.

🅜 Xin chào. Tôi đến để đăng ký lớp ngoại ngữ ạ.

안녕하세요. 외국어 수업을 등록하려고 왔는데요.

🖊 Bạn vui lòng điền vào đơn phía bên cạnh, bạn muốn học lớp trình độ nào ạ?

앞에 신청서 작성해 주세요, 반 레벨은 어떤 것으로 원하시나요?

🅜 Tôi học tiếng Việt chưa lâu nên muốn vào lớp sơ cấp, có được không ạ?

제가 베트남어를 배운지 얼마 안 돼서 초급반에 들어가고 싶은데, 가능한가요?

🖊 Vâng được ạ. Có lớp một tuần 5 buổi vào các ngày trong tuần và lớp cuối
tuần, bạn muốn học lớp nào?

네 가능하세요. 수업은 평일 주 5일반과 주말반이 있는데 어떤 것으로 하시겠어요?

🅜 Lớp một tuần 5 buổi vào các ngày trong tuần thì học phí khoảng bao nhiêu ạ?

평일 주 5일반을 듣게 되면 수업료는 대략 얼마 정도인가요?

🖊 1 học kỳ 3 triệu đồng. Giáo trình sẽ phải mua riêng ạ.

1학기에 3백만 동입니다. 교재는 따로 구매하셔야 합니다.

🅜 Vậy được, tôi sẽ đăng ký lớp này ạ.

좋네요, 그걸로 등록하겠습니다.

🖊 Bạn đã đăng ký thành công. Nếu có điều gì thắc mắc bạn cứ liên hệ với
chúng tôi bất cứ lúc nào.

등록되셨습니다. 문의 사항 있으시면 언제든지 연락해주세요.

Đăng ký lớp ngoại ngữ
랭귀지스쿨 등록하기 : 개인 과외 요청

🎧 16-6

당신은 현재 베트남어 수업 수강을 위해 하노이 인문사회과학대학교 입학사무처에 있습니다. 평일 주 3일 수업으로 등록하시고 당신의 레벨은 중급이며 개인 과외로 요청하세요.

🖊 Hiện tại bạn đang ở văn phòng trường đại học Khoa Học Xã Hội và Nhân Văn(ĐH KHXH & NV) Hà Nội để đăng ký khoá học tiếng Việt. Bạn đang ở trình độ trung cấp, bạn muốn học thêm cá nhân 3 buổi vào các ngày trong tuần.

Me Tôi muốn đăng ký lớp học nhưng muốn học cá nhân.

수업 등록하려고 하는데 개인 과외를 받고 싶습니다.

🖊 Bạn đã làm bài kiểm tra trình độ chưa? Lớp cá nhân chúng tôi có trình độ sơ cấp, trung cấp và cao cấp nhưng học phí từng lớp sẽ khác nhau một chút.

레벨 테스트는 받아보셨나요? 저희 개인 과외는 초급, 중급과 고급반으로 나누어져 있는데 반마다 수업료가 조금씩 달라요.

Me Vâng lần trước bài kiểm tra trình độ của tôi ở mức trung cấp. Tôi có thể học lớp trung cấp mỗi tuần 3 buổi vào các ngày trong tuần được không ạ?

네 저번 레벨 테스트에서 중급을 받았습니다. 저는 평일 주 3회 수업을 듣고 싶은데 가능할까요?

🖊 Vậy bạn có thể vào lớp trung cấp được ạ, học phí của lớp trung cấp một tuần 3 buổi là 4 triệu đồng.

그럼 중급반으로 들어가시면 되겠네요, 평일 주 3일 수업으로 수업료는 총 4백만 동입니다.

Me Tôi có thể biết giáo viên nào sẽ dạy được không ạ?

혹시 어떤 교수님과 수업하게 되는지 알 수 있을까요?

🖊 Hiện tại vẫn chưa quyết định ạ. Sau khi sắp xếp xong chúng tôi sẽ gửi email cho bạn. Bạn vui lòng điền vào đơn yêu cầu này.

아직 정해지지 않았습니다. 정해지게 되면 추후에 이메일로 안내해드릴게요. 아래 신청서에 작성해주시면 됩니다.

Me Vâng, xin cảm ơn.

네, 감사합니다.

1 | Dùng tắc-xi
택시 이용하기 : 호텔로 가주세요

🎧 16-7

당신은 방금 하노이 노이바이 공항에 착륙했습니다. 공항을 벗어나 택시를 타시고 롯데호텔로 가달라고 요청하세요.

🖊 Bạn vừa mới hạ cánh xuống sân bay Nội Bài – Hà Nội. Rời sân bay và hãy gọi tắc-xi chở đến khách sạn Lotte.

🎤 Xin chào, quý khách muốn đi đâu ạ?

어서 오세요. 어디로 가시겠어요?

(Me) Cho tôi đến khách sạn Lotte. Tôi bị trễ giờ hẹn nên hơi vội, làm ơn có thể đi nhanh một chút được không ạ?

롯데호텔로 가주세요. 그런데 제가 약속시간에 조금 늦어서 서둘러야 하는데, 빨리 가주실 수 있나요?

🎤 Bây giờ là giờ tan sở nên chắc sẽ bị tắc đường. Tuy nhiên tôi sẽ cố gắng đi nhanh.

지금은 퇴근시간이라 길이 막힙니다. 하지만 최대한 빨리 가보도록 하겠습니다.

(Me) Xin cảm ơn.

감사합니다.

Dùng tắc-xi
택시 이용하기 : 공항으로 가주세요

🎧 16-8

당신은 베트남에서의 일정을 마치고 호텔에서 공항 가는 택시를 탔습니다. 공항 가는 길에 차를 잠깐
세워서 베트남 특산물 찹쌀(cốm Hà Nội)을 사세요.

🖊 Bạn đã kết thúc lịch trình ở Việt Nam lên đường từ khách sạn ra sân bay.
Trên đường đi hãy dừng xe một lát để mua bánh cốm – một đặc sản của
Việt Nam.

🎙 Xin mời vào. Quý khách muốn đi đâu ạ?

어서 오세요. 어디로 가시겠어요?

(Me) Làm ơn cho tôi đến sân bay. À, với lại đây là lần đầu tiên tôi đến Việt Nam,
bạn có thể gợi ý cho tôi chỗ bán bánh cốm được không? Đó là đặc sản nổi
tiếng của Việt Nam mà.

공항으로 가주세요. 아, 그리고 제가 베트남에 처음 온 건데, 맛있는 찹쌀 파는 곳을 추천해주실 수 있으세요?
베트남에서 특산물로 유명하다던데요.

🎙 Tất nhiên là được ạ. Bên kia đường là chỗ khá nổi tiếng đối với người nước
ngoài. Rất ngon và giá cũng rẻ nên rất nhiều người tìm đến. Bạn có muốn
đến đó không?

당연하죠. 외국인들에게 유명한 곳이 길 건너편에 있어요. 맛있고 가격도 저렴해서 많이들 찾아요. 들렀다 가시겠어요?

(Me) Vâng, vậy thì tốt quá ạ. Làm ơn dừng lại chỗ đó một lát. Tôi sẽ mua nhanh và
quay lại ngay.

네, 감사합니다. 그곳에 잠시 차 좀 세워주시면 제가 빨리 가서 사 올게요.

〈구매 후 Sau khi mua〉

(Me) Cảm ơn vì đã đợi tôi. Chúng ta xuất phát chứ ạ.

기다려주셔서 감사합니다. 출발하시죠.

🎙 Vâng.

네 알겠습니다.

Đi nhà hàng
식당 이용하기 : 전화 예약하기

🎧 16-9

상황

당신은 오늘 저녁에 친구들과 함께 베트남 식당에 가서 생일 파티를 하기로 했습니다. 베트남의 다양한 음식을 주문하고, 창가 옆자리로 예약할 수 있도록 요청하세요.

🖊 Tối nay bạn định tổ chức sinh nhật cùng bạn bè tại một nhà hàng Việt Nam. Hãy đặt chỗ cạnh cửa sổ và gọi đa dạng các món ăn Việt Nam.

Me Xin chào. Tôi muốn đặt tiệc sinh nhật khoảng 5 người, vào lúc 6 giờ. Tôi có thể chọn chỗ cạnh cửa sổ được không ạ?

안녕하세요. 제가 생일파티를 6시에 5명으로 예약하고 싶습니다. 창가 옆자리로 예약 가능할까요?

🎤 Làm ơn đợi một lát. Lúc 6 giờ có thể đặt chỗ cạnh cửa sổ được ạ. Bây giờ quý khách có muốn đặt luôn không ạ?

잠시만 기다려주세요. 6시에 창가 옆자리 예약 가능합니다. 바로 예약 도와드릴까요?

Me Vâng, làm ơn đặt giúp tôi. À, không biết món ăn có được đặt trước không ạ?

네, 해주세요. 아, 그리고 혹시 음식은 미리 주문할 수 있나요?

🎤 Được ạ. Quý khách sẽ đặt trước phải không ạ?

가능합니다. 미리 주문하시겠어요?

Me Vâng. cho tôi bánh xèo, bánh mì, bún chả và phở nhé.

네. 반쎄오, 분짜, 반미 그리고 쌀국수로 해주세요.

🎤 Vâng. Quý khách vui lòng cho biết tên và số điện thoại ạ.

네 알겠습니다. 예약자분 성함과 연락처 알려주세요.

Me Tôi là Junsu, số điện thoại 010-123-4567.

준수이고, 010-123-4567입니다.

🎤 Vâng, yêu cầu đặt bàn của quý khách đã hoàn thành ạ. Chúc quý khách một ngày tốt lành.

네, 예약되셨습니다. 즐거운 하루 보내세요.

Đi nhà hàng
식당 이용하기 : 주문하기

🎧 16-10

당신은 현재 가족과 함께 베트남 식당에 왔습니다. 베트남의 다양한 음식과 음료 그리고 베트남의 맥주를 시켜보세요.

🖊 Bạn đang ở nhà hàng Việt Nam với gia đình của mình. Hãy gọi nhiều loại món ăn, đồ uống và cả bia Việt Nam.

🎤 Nhà hàng ABC xin kính chào quý khách. Quý khách đi mấy người ạ?

어서 오세요. ABC 식당입니다. 몇 명이신가요?

Me 4 người ạ.

4명이요.

🎤 Vâng, tôi sẽ hướng dẫn chỗ ngồi cho quý khách. Chỗ phía bên này không sao chứ ạ.

네, 자리 안내 도와드리겠습니다. 이쪽 자리 괜찮으신가요?

Me Vâng, xin cảm ơn. Có thể gọi món luôn được không ạ?

네, 감사합니다. 주문은 바로 할 수 있나요?

🎤 Vâng, quý khách muốn gọi món gì ạ?

네, 어떤 것으로 드릴까요?

Me Cho tôi bánh xèo, phở và bún chả. Bia có loại nào ạ?

반쎄오, 쌀국수와 분짜 주세요. 어떤 맥주가 있나요?

🎤 Có bia 333 và bia Sài Gòn ạ.

333 맥주와 사이공 맥주가 있습니다.

Me Cho tôi 3 chai bia Sài Gòn.

사이공 맥주 3개 주세요.

🎤 Vâng ạ. Nếu cần thêm gì quý khách vui lòng gọi ạ.

네 알겠습니다. 필요한 게 있으시면 불러주세요.

11 | Ở bệnh viện
병원에서 : 진찰받기

🎧 16-11

상황

당신은 현재 감기 몸살에 걸렸습니다. 감기 몸살 증상을 자세히 이야기하고 진찰받는 상황을 연출하세요.

🎤 Bạn đang bị nhức mỏi toàn thân. Hãy thực hiện cuộc thăm khám để biết cụ thể hơn về chứng bệnh mệt mỏi do cảm cúm.

🎤 Anh/chị đau ở đâu?

어디가 아파서 오셨어요?

Me Bắt đầu từ hôm qua tôi liên tục ho, đau đầu. Đến tối thì bị sốt và đến đêm nhiệt độ vẫn không hạ nên không thể ngủ được.

어제저녁부터 머리가 아프고 계속 기침을 합니다. 저녁부터는 열이 나면서 밤새 열이 떨어지지 않아서 잠을 잘 수가 없었습니다.

🎤 Ồ vậy hả? Trước tiên tôi sẽ đo nhiệt độ cho anh/chị. Nhiệt độ vẫn còn cao nhỉ. Có vẻ anh/chị đã bị nhức mỏi toàn thân. Hôm nay tôi sẽ tiêm và kê thuốc uống trong vòng 2 ngày cho anh/chị. Về nhà anh/chị hãy uống nhiều nước và nghỉ ngơi đầy đủ. Sau 2 ngày nếu bệnh không thuyên giảm thì hãy quay lại đây nhé.

아 그래요? 체온 먼저 재 볼게요. 열이 아직도 높네요. 감기몸살에 걸린 것 같아요. 오늘은 주사 맞고, 약은 이틀 치 처방해드릴게요. 집에서 물 많이 마시고 충분히 쉬세요. 이틀 뒤에도 상태가 나아지지 않으면 다시 방문해주세요.

Me Vâng cảm ơn bác sĩ ạ.

감사합니다 선생님.

12 | Ở nhà thuốc
약국에서 : 약 구매하기

상황

당신은 지금 속이 더부룩합니다. 약국에서 소화제와 그 외 상비약을 구매하는 상황을 이야기하세요.

🖊 Bạn đang bị đầy bụng khó tiêu. Hãy nói về tình huống bạn mua thuốc tiêu hóa và thuốc dự phòng ở nhà thuốc.

🖊 Xin mời vào. Quý khách cần gì ạ?

어서 오세요. 무엇이 필요하신가요?

(Me) Chắc là tôi đã ăn uống không tốt nên giờ bị khó tiêu hóa, làm ơn cho tôi thuốc tiêu hóa được không ạ?

제가 지금 뭘 잘 못 먹었는지 소화가 안 되는데, 소화제 좀 주시겠어요?

🖊 Vâng, tôi hiểu rồi. Sáng và tối mỗi lần uống một gói. Quý khách còn cần gì nữa không ạ?

네, 여기 있습니다. 아침저녁으로 한 알씩 드세요. 다른 필요한 건 없으신가요?

(Me) Có thuốc cảm không ạ? Cho tôi loại mà hiệu quả nhanh nhất nhé.

감기약도 있을까요? 효과가 제일 빠른 것으로 부탁드려요.

🖊 Đây ạ. Liều dùng tương tự như thuốc tiêu hóa.

여기 있습니다. 복용법은 소화제랑 같아요.

(Me) Xin cảm ơn.

감사합니다.

Ở sân bay
공항에서 : 티케팅하기

상황

당신은 친구들과 함께 여행을 가기 위해 공항에 갔습니다. 미리 예매한 비행기 티켓과 여권을 공항 직원에게 확인하시고, 통로 쪽 자리를 달라고 요청하세요.

🖊️ Bạn và bạn của mình đang ở sân bay để đi du lịch. Hãy mang vé đã đặt trước và hộ chiếu để nhân viên sân bay kiểm tra, đồng thời yêu cầu chỗ ngồi gần lối đi.

🎙️ Xin mời vào. Tôi sẽ giúp quý khách xác nhận hộ chiếu và vé máy bay.

어서 오세요 손님. 여권이랑 티켓 확인 도와드리겠습니다.

Me Xin chào. Đây là hộ chiếu và vé máy bay ạ. Không biết tôi có thể chọn chỗ ngồi gần lối đi được không ạ?

안녕하세요. 여기 여권과 티켓입니다. 혹시 통로 쪽 자리로 배정받을 수 있을까요?

🎙️ Tổng có 4 người đúng không ạ? Rất xin lỗi quý khách bây giờ các chỗ ngồi gần lối đi đều là chỗ đơn. Quý khách có muốn ngồi vị trí này không ạ?

총 4분이 맞나요? 죄송하지만 지금 비어있는 통로 쪽 좌석은 단 한자리뿐입니다. 원하시면 그 자리를 드릴까요?

Me Thế à? Không còn cách nào khác nên trước mắt làm ơn cho tôi đặt chỗ đó.

그래요? 어쩔 수 없으니 그 한자리라도 통로 쪽으로 주세요.

🎙️ Vâng thưa quý khách. Quý khách vui lòng đặt hành lý lên phía trên. Tôi sẽ kiểm tra trọng lượng ạ.

네 알겠습니다. 그리고 수하물을 이 위로 올려주세요. 무게 확인하겠습니다.

🎙️ Xin cảm ơn. Mọi thủ tục đã hoàn tất. Đây là vé của quý khách. Quý khách vui lòng chú ý lên máy bay đúng giờ. Chúc quý khách có một chuyến du lịch vui vẻ.

감사합니다. 끝났습니다. 여기 티켓 받아주세요. 늦지 않게 탑승 게이트로 가시면 됩니다. 즐거운 여행 되세요.

Me Xin cảm ơn.

감사합니다.

14 | Ở sân bay
공항에서 : 경유하기

🎧 16-14

당신은 프랑스 파리행 가는 비행기를 타야 합니다. 현재 당신은 인천공항에 있으며 베트남을 경유해야 합니다. 안내원의 자세한 안내를 받고 경유하는 상황에서 공항 직원과 대화해보세요.

🖊 Bạn có chuyến bay đến Paris – Pháp. Hiện tại bạn đang ở sân bay Incheon và phải quá cảnh ở Việt Nam. Bạn nhận được hướng dẫn từ nhân viên hướng dẫn. Và hãy hội thoại với nhân viên sân bay về trường hợp quá cảnh.

🎤 Tôi có thể giúp gì cho quý khách ạ?

무엇을 도와드릴까요?

(Me) Tôi dự kiến sẽ quá cảnh ở Việt Nam trên chuyến bay ABC đến Paris. Vì đây là lần đầu tiên tôi quá cảnh nên cho tôi hỏi, sau khi hạ cánh xuống Việt Nam tôi phải làm gì tiếp theo ạ?

제가 베트남 경유하는 파리행 ABC 항공편을 탈 예정입니다. 경유는 처음이라서, 베트남에 내려서 어떻게 하면 되나요?

🎤 Đối với chuyến bay của quý khách, thời gian lưu lại Hà Nội – Việt Nam dự kiến là 2 giờ 20 phút. Sau khi hạ cánh, quý khách vui lòng cho tiếp viên hàng không xem thẻ lên máy bay. Tiếp viên sẽ hướng dẫn quý khách đến khu vực trung chuyển ạ.

고객님께서 이용하시는 항공편은, 베트남 하노이에서 약 2시간 20분 동안 머무를 예정입니다. 내려서 소지하신 탑승권을 승무원에게 보여주세요. 환승 게이트로 안내 도와드릴 겁니다.

(Me) À, vậy hả? Vậy trong lúc chờ đợi tôi có thể ăn đơn giản chút gì đó được không?

아, 그래요? 그럼 기다리는 시간 동안 공항 내에서 간단한 식사도 가능한가요?

🎤 Vâng, tất nhiên rồi. Quý khách có thể sử dụng sảnh của hãng hàng không ạ.

네, 그럼요. 해당 항공사 라운지를 이용해주시면 됩니다.

(Me) À, bây giờ thì tôi hiểu rồi. Xin cảm ơn.

아, 이제 알겠어요. 감사합니다.

Ở trên máy bay
기내에서 : 주문하기

🎧 16-15

상황

기내 안에서 원하는 음식 메뉴를 고르고 음료를 주문하세요. 그리고 기내 안에서 쇼핑하는 상황을 연출해 보세요.

🖊 Hãy gọi món trong thực đơn trên máy bay. Và thực hiện tình huống shopping trên máy bay.

Me Ở đây ạ. Tôi muốn gọi đồ ăn. Cho tôi một cơm trộn và một coca. À, với cả tôi muốn mua đồ miễn thuế thì phải làm thế nào nhỉ?

여기요. 기내식 주문하고 싶은데요. 볶음밥 1개와 콜라 1개 주세요. 아, 그리고 면세품도 구입하고 싶은데 어떻게 하면 되나요?

🎤 Tôi sẽ chuẩn bị ngay ạ. Đồ miễn thuế quý khách có thể xem ở quyển sách phía trước. Nếu muốn mua món đồ nào, quý khách vui lòng viết vào tờ giấy mua hàng đính kèm và gửi lại cho chúng tôi là được ạ.

바로 준비해 드리겠습니다. 면세품은 앞에 있는 책자 먼저 봐주세요. 원하는 게 있으시면 동봉되어 있는 면세품 구매지를 작성해서 저희들에게 주시면 됩니다.

Me À, thật vậy sao? Chỉ thanh toán bằng tiền mặt được thôi ạ?

아, 정말요? 결제는 현금으로만 가능한가요?

🎤 Thanh toán bằng thẻ cũng được. Quý khách có thể chọn hình thức thanh toán mà mình thấy tiện nhất. Sau khi mua xong chúng tôi sẽ mang đến tận nơi cho quý khách ạ.

카드 결제도 가능합니다. 편하신 것으로 선택하시면 됩니다. 구매 완료 후에 저희가 자리로 가져다드립니다.

Me Vâng, tôi hiểu rồi. Nếu muốn mua tôi sẽ gọi.

네, 알겠습니다. 구매할 때 다시 부를게요.

🎤 Nếu có điều gì thắc mắc quý khách cứ hỏi tự nhiên ạ.

궁금한 게 있으시면 편하게 불러 주세요.

Ở trên máy bay
기내에서 : 요청 및 항의하기

🎧 16-16

편하게 쉬고 있는데 뒷자리에서 너무 시끄럽게 떠들고 의자를 발로 차고 있습니다. 승무원을 불러서 상황을 해결해보세요.

🖊 Bạn đang nghỉ ngơi thì ở ghế đằng sau rất ồn ào và đá chân lên ghế. Hãy gọi tiếp viên để giải quyết tình huống này.

Me Cô gì ơi.

저기요.

🎤 Thưa quý khách, quý khách cần gì ạ?

손님, 뭐 필요하신 거 있으신가요?

Me Xin lỗi, mấy người đằng sau tôi rất ồn ào và liên tục dùng chân đá vào ghế nên tôi không thể ngủ được. Tôi đã mấy lần đề nghị giữ trật tự nhưng vẫn không được.

죄송하지만, 뒷자리가 너무 시끄럽고 제 의자를 계속 발로 차서 제가 잠을 잘 수가 없어요. 제가 주의해 달라고 이미 여러 번 말했지만 소용이 없네요.

🎤 Thành thật xin lỗi quý khách. Nếu không bất tiện mời quý khách chuyển sang chỗ trống phía trước. Quý khách có muốn di chuyển không ạ?

정말 죄송합니다 손님. 괜찮으시다면 앞쪽에 빈 좌석이 한자리 있습니다. 그쪽으로 좌석 이동 도와드릴까요?

Me Thật sao? May quá. Tôi thực sự rất mệt nhưng vì không nghỉ ngơi được nên thấy rất khó chịu. Nếu đổi được thì tôi cảm ơn rất nhiều.

정말요? 다행이네요. 제가 정말 피곤한데 쉴 수가 없어서 너무 힘들었거든요. 바꿔주신다면 정말 감사하겠습니다.

🎤 Vâng thưa quý khách. Vậy mời quý khách mang theo hành lý và di chuyển theo hướng này ạ.

네 손님. 그럼 소지하신 짐을 챙기셔서 이쪽으로 와주시면 됩니다.

Me Xin cảm ơn.

감사합니다.

17 | Đi mua sắm
쇼핑하기 : 물건 구매하기

🎧 16-17

상황

옷 가게에서 신상품과 세일하는 옷들이 많습니다. 상인과 함께 다양한 옷을 고르고 구매하는 과정을 연출해보세요.

🎤 Ở cửa hàng quần áo đang có rất nhiều quần áo mới và quần áo khuyến mãi. Hãy hội thoại với chủ cửa hàng để chọn và mua quần áo.

🎤 Xin mời vào. Quý khách đang tìm sản phẩm nào ạ?

어서 오세요. 찾으시는 제품 있으신가요?

🔘 Tôi đang tìm áo thun ngắn, xin hỏi hàng khuyến mãi thì ở đâu ạ?

반팔 티를 사려고 하는데, 세일 품목들은 어디에 있나요?

🎤 Hàng khuyến mãi ạ? Mời đi lối này ạ. Từ đây đến kia tất cả đều là sản phẩm khuyến mãi ạ. Lần này các mẫu mới đều rất đẹp. Ở phía trước là các mẫu mới chúng tôi đã bày sẵn, mời quý khách xem thoải mái. Nếu cần gì vui lòng gọi chúng tôi.

세일 품목이요? 이쪽으로 따라오세요. 여기서부터 저기까지가 전부 세일 품목들입니다. 이번에 신상 옷들도 모두 예뻐요. 앞쪽에는 신상품들이 준비되어 있으니 천천히 보세요. 필요하신 거 있으시면 불러주세요.

🔘 Vâng, xin cảm ơn ạ. Cái áo thun màu xanh dương đằng kia có cỡ L không ạ?

네, 감사합니다. 저기에 있는 파란색 티셔츠로 L 사이즈 있나요?

🎤 Xin chờ một lát. Rất xin lỗi quý khách cỡ L hết hàng mất rồi ạ. Quý khách có muốn xem thử áo màu đen có cùng thiết kế không ạ?

잠시만요. 죄송하지만 L 사이즈는 품절이네요. 같은 디자인으로 검은색도 있는데 한 번 보시겠어요?

🔘 Vâng, vậy cho tôi xem thử. Rất vừa ý tôi. Cho tôi cái này nhé.

네, 보여주세요. 마음에 드네요. 이걸로 주세요.

🎤 Vâng thưa quý khách. Mời quý khách ra quầy thu ngân, tôi sẽ giúp quý khách thanh toán.

네 손님. 카운터에서 결제 도와드리겠습니다.

18 | Đi mua sắm
쇼핑하기 : 교환 및 환불하기

상황

당신은 M 사이즈 옷을 구매했지만 집에 와서 보니 옷이 L 사이즈 였습니다. 해당 상점에 전화를 걸어 어떻게 해야 교환이 가능한지 또는 환불이 가능한지 이야기해보세요.

🖋 Bạn mua áo cỡ M nhưng về đến nhà mới phát hiện chiếc áo đó cỡ L. Hãy gọi điện cho cửa hàng và hỏi về việc có thể đổi hoặc trả hàng không.

(Me) **Alo. Cửa hàng ABC phải không ạ?**

여보세요. ABC 가게인가요?

🎤 **Vâng thưa quý khách. Tôi có thể giúp gì cho quý khách?**

네 손님. 무엇을 도와드릴까요?

(Me) **Tối hôm qua tôi có mua một cái áo thun cỡ M ở đây. Nhưng về nhà mới thấy đó là cỡ L. Tôi muốn đổi hoặc trả lại thì phải làm sao ạ?**

어제저녁에 그곳에서 티셔츠 M 사이즈를 구입했어요. 그런데 집에 와서 보니 L 사이즈네요. 교환이나 환불을 하려고 하는데 어떻게 하면 되나요?

🎤 **Ôi thế ạ? Thành thật xin lỗi quý khách vì sự nhầm lẫn này. Nếu có thời gian xin mời quý khách ghé qua cửa hàng, chúng tôi sẽ đổi cho quý khách ạ. Hàng có thể trả lại với điều kiện chưa mặc lần nào và quý khách vui lòng mang theo hoá đơn nhé.**

아 정말요? 저희가 실수를 하게 되어 진심으로 죄송합니다. 편하신 시간대에 저희 가게에 방문해 주시면, 바로 사이즈 교환 도와드릴게요. 환불하실 거라면 미착용 상태로 해당 영수증을 가지고 와주시면 됩니다.

(Me) **Vâng, tôi hiểu rồi. Ngày mai cửa hàng mở cửa từ mấy giờ đến mấy giờ ạ?**

네, 알겠습니다. 내일은 몇 시부터 몇 시까지 영업하나요?

🖋 **Cửa hàng chúng tôi mở cửa hằng ngày từ 10 giờ sáng đến 9 giờ tối. Trong thời gian đó quý khách có thể đến bất cứ thời gian nào ạ.**

저희는 매일 오전 10시부터 밤 9시까지 영업합니다. 영업시간 중 편하신 시간대로 방문해주세요.

(Me) **Vâng. xin cảm ơn.**

네. 감사합니다.

Phỏng vấn
면접/인터뷰하기 : 신입사원 면접

🎧 16-19

당신은 현재 취업하기 위해서 회사에서 면접 중입니다. 면접관과 응시자 상황이 되어 신입사원 면접 보기 상황을 연출해보세요.

🖊 Bạn đang tham dự phỏng vấn xin việc ở công ty. Hãy thực hiện tình huống đang phỏng vấn xin việc giữa giám khảo và thí sinh.

Ⓜ️ Xin chào. Tôi là Junsu.

안녕하세요. 준수입니다.

🎤 Vâng, xin chào. Buổi phỏng vấn bắt đầu. Trước tiên, chuyên ngành của bạn là tiếng Việt Nam à? Bạn nghĩ chuyên ngành của mình có thể giúp ích được bao nhiêu cho vị trí mà bạn đang ứng tuyển?

네, 안녕하세요. 면접 시작하겠습니다. 우선, 전공이 베트남어네요? 본인이 지원 파트에서 본인 전공을 얼마나 살릴 수 있을 거라고 생각하나요?

Ⓜ️ Nghe nói hiện tại công ty ABC đang chuẩn bị tiến vào thị trường Việt Nam. Khi ứng tuyển vào bộ phận marketing cho thị trường nước ngoài, tôi nghĩ khả năng ngoại ngữ là điểm mạnh lớn nhất của mình ạ.

현재 ABC 회사가 베트남 시장 진출을 준비하고 있다고 들었습니다. 제가 지원한 해외 마케팅 부서에서, 해당 국가의 언어를 할 수 있다는 것은 가장 큰 장점 중 하나라고 생각합니다.

🎤 Có vẻ bạn đã tìm hiểu nhiều bài báo liên quan đến công ty chúng tôi. Vậy ngoài khả năng ngoại ngữ bạn nghĩ mình còn có điểm mạnh gì?

저희 회사에 관련된 기사를 많이 찾아보셨네요. 그렇다면 언어 외에 본인이 가지고 있는 장점은 무엇이라고 생각하나요?

Ⓜ️ Tôi là người lạc quan và luôn nhìn mọi việc theo hướng tích cực. Khi có sự cố phát sinh với người khác, tôi nghĩ khả năng giải quyết vấn đề cũng là một điểm mạnh của mình ạ.

저는 성격이 낙천적이고 매사에 적극적입니다. 다른 사람들과 문제가 발생했을 때, 문제 해결 능력이 빠른 것이 저의 또 다른 장점이라고 생각합니다.

Vâng, tôi hiểu rồi. Nếu còn điều gì bạn có thể hỏi.

네, 잘 들었습니다. 마지막으로 하고 싶은 말 있으면 하세요.

Nếu được chọn tôi sẽ cố gắng hết mình ạ. Tôi rất muốn có thể bắt đầu công việc của mình tại công ty này.

뽑아주신다면 최선을 다하겠습니다. 꼭 이 회사에서 저의 첫 직장생활을 시작하고 싶습니다.

Vâng, bạn đã vất vả rồi.

네, 수고하셨습니다.

Vâng, chân thành cảm ơn.

네, 감사합니다.

Phỏng vấn
면접/인터뷰하기 : 경력 직원 면접

🎧 16-20

당신은 현재 이직을 준비 중입니다. 이직하는 이유와 앞으로 어떠한 포부로 이 회사에 근무할지 면접관과 응시자가 되어 상황을 연출해보세요.

🖋 Hiện tại bạn đang chuẩn bị chuyển chỗ làm. Hãy thực hiện phỏng vấn với giám khảo và cho biết lý do chuyển việc cũng như nguyện vọng trong tương lai.

🎤 Bây giờ bạn Junsu đang làm việc ở công ty ABC đúng không ạ? Việc bạn chuyển chỗ làm có lý do gì đặc biệt không ạ?

현재 준수씨는 ABC 회사에 재직 중이네요? 이직하고 싶은 특별한 이유가 있나요?

Me Vâng, hiện tại ở công ty ABC thì chuyên ngành tiếng Việt và công việc của tôi không liên quan gì với nhau ạ. Chính vì vậy nên tôi nghĩ rằng mình không thể phát huy được năng lực của mình. Tuy nhiên, ở đây thì tôi có thể thể hiện được khả năng của mình. Đồng thời tôi tin tưởng rằng ở đây mình có thể có nhiều trải nghiệm đa dạng và trưởng thành hơn trong công việc. Đó chính là lý do tôi ứng tuyển ạ.

네, 현재 ABC 회사에서는 제 전공인 베트남어와 전혀 무관한 일을 하고 있습니다. 그렇기 때문에 저의 능력을 잘 살릴 수 없다고 생각했습니다. 하지만 이곳에서는 전공을 살릴 수 있습니다. 동시에 다양한 업무 경험들을 통해 제가 회사와 함께 성장해나갈 수 있을 것입니다. 그것이 제가 지원한 이유입니다.

🎤 Vâng, tôi đã hiểu. Bây giờ bạn muốn làm việc ở vị trí nào?

네, 잘 들었습니다. 지금 하고 있는 업무가 어떤 것인가요?

Me Tôi muốn làm việc ở bộ phận kế toán ạ.

회계팀에서 일하고 있습니다.

🎤 Nếu vậy thì bạn muốn làm việc ở phòng nào trong công ty chúng tôi?

그렇다면 우리 회사에서는 어떤 부서를 희망하나요?

Ⓜ️ Dù sao tôi cũng rất muốn ứng tuyển vào phòng marketing cho thị trường nước ngoài vì nó có liên quan đến chuyên ngành của mình. Mục tiêu của tôi là được làm việc trong phòng ban phù hợp và giúp công ty trở thành công ty hàng đầu tại thị trường Việt Nam.

아무래도 전공과 관련이 있는 해외 마케팅 부서에 지원하고 싶습니다. 제 목표는 해당 부서에서 이 회사의 성공적인 베트남 시장 진출에 앞장서는 것입니다.

🎤 Tôi đã hiểu rồi. Buổi phỏng vấn đến đây là kết thúc. Bạn đã vất vả rồi.

알겠습니다. 면접은 여기까지입니다. 수고하셨습니다.

Ⓜ️ Xin chân thành cảm ơn.

감사합니다.

꿀팁! 부록

일상 생활에서 틀리기 쉬운 표현이나 위기 상황에 대처하는 표현
들을 학습해 보세요.

1. Dạ chờ một chút.
   네 잠시만요.

2. Em không hiểu.
   이해가 안 됩니다.

3. Em không biết.
   저는 잘 모르겠습니다.

4. Chờ một chút được không ạ?
   잠시만 기다려주실 수 있으세요?

5. Xin nói lại một lần nữa ạ.
   다시 한 번 말해주세요.

6. Xin nói lại một lần nữa được không ạ?
   다시 한 번 말해주실 수 있으세요?

7. Xin nói từ từ giùm em.
   천천히 말해주세요.

8. Xin nói từ từ giùm em được không?
   천천히 말해주실 수 있으세요?

9. Em không biết rõ.
   정확하게 모르겠습니다.

10. Em không nhớ chắc chắn.
    잘 기억이 나지 않습니다.

11. Em khó trả lời ạ.
    대답하기가 어렵습니다.

12. Em chưa bao giờ có kinh nghiệm về việc đó.
    그것에 대해 저는 아무런 경험이 없습니다.

13. Em có thể nói chậm được không ạ?
    천천히 이야기해도 될까요?

14. Câu hỏi này rất khó đối với em.
    저에게는 너무 어려운 질문입니다.

15. Xin lỗi hãy hỏi lại giùm em ạ.
    죄송하지만 다시 한 번 질문해주세요.

16. Xin lỗi. Em không hiểu về câu hỏi này.
    죄송합니다. 문제를 이해하지 못했습니다.

17. Em có thể trả lời lại được không?
    제가 다시 한 번 답변해도 괜찮을까요?

18. Em không hiểu về ý nghĩa câu hỏi đó.
    질문이 무엇을 의미하는지 모르겠습니다.

19. Em cần thời gian suy nghĩ ạ.
    생각할 시간이 필요합니다.

20. Em không biết trả lời thế nào.
    어떻게 대답해야 할지 모르겠습니다.

21. Em chưa bao giờ suy nghĩ về câu hỏi đó ạ.
    저는 그 문제에 대해 한 번도 생각해본 적이 없습니다.

22. Em không nghe rõ.
    잘 안 들립니다.

23. Xin nói to hơn được không ạ?
    더 크게 말해주시겠어요?

24. A lô, Chắc là đường dây bị bận.
    여보세요, 연결이 잘 안되는 것 같습니다.

25. Em nhớ mà không biết nói thế nào.
    기억이 나긴 했는데 어떻게 말해야 할지 모르겠습니다.

1. 질문할 때도 반드시 그 단어로 말할 것
(절대 뒤를 올려서 발음하지 않아요)

한국어는 문장 끝을 올리면 질문이 되고, 문장 끝을 내려서 발음하면 대답이 됩니다.

밥 먹었어요? ↗
네, 밥 먹었어요. ↘

하지만, 베트남어에서는 반드시 의문사로만 질문이 가능합니다. 문장 끝을 올린다고 해서 절대 질문 형태가 아님을 꼭 기억하세요.

Cô ăn cơm chưa? →
Cô ăn cơm rồi. ↘

2. **rất / quá / lắm 구분**
모두 '매우'라는 뜻을 가지고 있지만, 상황에 따라 구분해서 사용해야 합니다.

rất + 형용사, 동사 : '매우 ~합니다'라는 뜻으로 일반적으로 평서문에 많이 사용됩니다.

Học tiếng Việt rất thú vị.
베트남어 공부는 매우 재밌습니다.

형용사, 동사 + quá : '매우 ~하네요!'라는 뜻으로 일반적으로 감탄문에 많이 사용됩니다.

Học tiếng Việt hay quá!
베트남어 공부는 매우 재밌네요!

형용사, 동사 + lắm : '매우 ~하죠', 혹은 꼭 '매우'라는 표현이 없더라도 '그렇게 ~하지 않죠'라고 표현할 수 있습니다. 또한 수량, 부정 표현을 강조할 때에도 lắm을 사용합니다.

Học tiếng Việt không khó lắm.
베트남어 공부는 그렇게 어렵지 않습니다.

Anh ấy có nhiều tiền lắm.
그는 돈이 꽤 많습니다.

3. **không / chưa 구분**
'안 한 것'과 '아직 안 한 것'은 엄연히 다릅니다. 베트남어에서는 이 2가지를 엄격히 구분합니다. 'chưa'는 '아직 ~하지 않는다'라는 표현으로 여태까지 일어나지 않았지만 앞으로 일어날 가능성이 있는 상황에서 사용 가능합니다.

Tôi chưa kết hôn. 나는 아직 결혼하지 않았어요.
Tôi chưa có con. 나는 아직 자녀가 없어요.

không은 '~을 하지 않는다'라는 표현으로 정확하게 부정형태로 사용됩니다.

Tôi không thích uống bia.
나는 맥주 마시는 것을 좋아하지 않는다.

주의 Tôi không kết hôn / Tôi không có con.이라는 문장은 절대 사용하지 않습니다.

4. **부정형태** (동사, 형용사 부정형태 & 명사 부정형태)
부정형태의 경우 학습자들이 많이 헷갈리는 부분으로 không 단독으로만 사용하는 경우가 많지만, 형태에 따라 바꿔서 사용할 수 있습니다.

동사, 형용사 부정 형태 : không 뒤에 동사나 형용사를 넣어서 그 행위나 상태를 부정할 때 사용합니다.

Không thích. 좋아하지 않습니다.
Không đẹp. 예쁘지 않습니다.

명사 부정형태 : 명사 형태를 부정문으로 바꿀때에는 「không phải là + 명사」 형태를 반드시 숙지해야 합니다.

Tôi không phải là sinh viên.
나는 대학생이 아닙니다.

능력 부정형태 : 행동을 '안 하는 것'과 '못하는 것'은 다릅니다. 하지 않는 행동을 할때에는 「không + 동사/형용사」만 기억하면 되지만, 능력 부정형태는 「không + 동사/형용사 + được」까지 꼭 사용해야 합니다.

không ăn. 안 먹어. → không ăn được. 못 먹어.

■ 숫자(기수) con số (số cơ bản)

0	không	30	ba mươi
1	một	31	ba mươi mốt
2	hai	32	ba mươi hai
3	ba	33	ba mươi ba
4	bốn	34	ba mươi bốn
5	năm	35	ba mươi lăm
6	sáu		…
7	bảy	40	bốn mươi
8	tám	50	năm mươi
9	chín	60	sáu mươi
10	mười	70	bảy mươi
11	mười một	80	tám mươi
12	mười hai	90	chín mươi
13	mười ba	100	một trăm
14	mười bốn	200	hai trăm
15	mười lăm	300	ba trăm
16	mười sáu	400	bốn trăm
17	mười bảy	500	năm trăm
18	mười tám	600	sáu trăm
19	mười chín	700	bảy trăm
20	hai mươi	800	tám trăm
21	hai mươi mốt	900	chín trăm
22	hai mươi hai	1,000	một nghìn = một ngàn
23	hai mươi ba		…
24	hai mươi bốn	10,000	mười nghìn
25	hai mươi lăm		…
26	hai mươi sáu	100,000	một trăm nghìn
27	hai mươi bảy		…
28	hai mươi tám	1,000,000	một triệu
29	hai mươi chín		…

■ 숫자(서수) con số (số thứ tự)

첫 번째	thứ nhất	여섯 번째	thứ sáu
두 번째	thứ hai	일곱 번째	thứ bảy
세 번째	thứ ba	여덟 번째	thứ tám
네 번째	thứ tư	아홉 번째	thứ chín
다섯 번째	thứ năm	열 번째	thứ mười

■ 요일 thứ

월요일	화요일	수요일	목요일	금요일	토요일	일요일
thứ hai	thứ ba	thứ tư	thứ năm	thứ sáu	thứ bảy	chủ nhật

■ 월 tháng

1월	tháng một	7월	tháng bảy
2월	tháng hai	8월	tháng tám
3월	tháng ba	9월	tháng chín
4월	tháng tư	10월	tháng mười
5월	tháng năm	11월	tháng mười một
6월	tháng sáu	12월	tháng mười hai

■ 기간 thời hạn

그저께	hôm kia	주	tuần
어제	hôm qua	주말	cuối tuần
오늘	hôm nay	이번 주	tuần này
내일	ngày mai	월	tháng
내일 모레	ngày kia	이번 달	tháng này
하루 종일	suốt ngày	지난 달	tháng trước
매일	hàng ngày	연	năm
오후	buổi chiều	올해	năm nay
밤	ban đêm	작년	năm trước / năm ngoái

기초 단어

■ 직급 chức vụ

사장	giám đốc	매니저	người quản lí
직원	nhân viên	아르바이트	người làm thêm

■ 전공 chuyên ngành

경제학과	khoa kinh tế học	행정학과	khoa hành chính
경영학과	quản trị kinh doanh	회계	kế toán
무역학과	khoa thương mại	국문과	khoa ngữ văn
법학	luật học	베트남어과	khoa tiếng Việt

■ 가족 gia đình

할아버지	ông	남편	chồng
할머니	bà	부인	vợ
아버지	bố = ba, cha	부부	vợ chồng
어머니	má = mẹ	형제자매	anh chị em
나	tôi	오빠	anh trai
고모, 숙모	cô	남동생	em trai
조카, 손녀	cháu	여동생	em gái
자녀	con	언니	chị gái
큰아버지	bác	큰아들	con trai cả
삼촌, 작은아버지	chú	막내딸	con gái út

■ 성격 tính cách

참을성이 없는	thiếu kiên nhẫn	무서운	sợ
인내심이 강한	kiên nhẫn	소심한	nhút nhát
게으른	lười	쾌활한, 활기찬	vui tính
신중한	thận trọng	까칠한	khó tính
다정다감한	đa cảm	정직한	trung thực
열정적인	nhiệt tình	활동적인	năng động

■ 장소 nơi

병원	bệnh viện	공원	công viên
회사	công ty	집	nhà
공장	nhà máy	우체국	bưu điện
서점	hiệu sách	호텔	khách sạn
교회	nhà thờ	사원(절)	chùa
마켓	siêu thị	공항	sân bay
대사관	đại sứ quán	버스 정류장	trạm xe buýt
대학교	trường đại học	역	ga
상점	cửa hàng	박물관	viện bảo tàng
식당	nhà hàng	미술관	bảo tàng nghệ thuật
은행	ngân hàng	약국	hiệu thuốc = nhà thuốc

■ 취미 sở thích

스포츠	thể thao	쇼핑하다	đi mua sắm
독서하다	đọc sách	낮잠 자다	ngủ trưa
여행 가다	đi du lịch	TV 보다	xem tivi
요리하다	nấu ăn	인터넷 하다	tìm trên mạng
드라이브	đi lái xe	축구	bóng đá
산책하다	đi dạo	농구	bóng rổ
음악 듣다	nghe nhạc	야구	bóng chày
사진 찍다	chụp ảnh = chụp hình(남부)	노래 부르다	hát
영화 보다	xem phim	춤추기	nhảy

■ 색깔 màu sắc

빨간색	màu đỏ	흰색	màu trắng
파란색	màu xanh	보라색	màu tím
초록색	màu xanh lá cây	회색	màu xám
분홍색	màu hồng	주황색	màu cam
검은색	màu đen	갈색	màu nâu

■ 날씨 thời tiết

봄	mùa xuân	태풍	cơn bão = bão
여름	mùa hè	천둥	sấm sét
가을	mùa thu	번개	sấm chớp
겨울	mùa đông	습한	oi bức
눈 오는	có tuyết = tuyết rơi	건조한	hanh khô
비 오는	trời mưa	날씨가 좋은	nắng

■ 위치 vị trí

위에	(ở) trên	뒤	(phía) sau
아래	(ở) dưới	오른쪽	bên phải
안에	(ở) trong	왼쪽	bên trái
밖	(ở) ngoài	동쪽	phía Đông
옆에	bên cạnh	서쪽	phía Tây
사이, 가운데	(ở) giữa	남쪽	phía Nam
앞	(phía) trước	북쪽	phía Bắc

■ 교통수단 phương tiện giao thông

지하철	tàu điện ngầm = xe điện ngầm	비행기	máy bay
버스	xe buýt	배	tàu thủy = thuyền
택시	tắc-xi	오토바이	xe máy
자동차	xe ô tô = xe hơi (남부)	자전거	xe đạp